Món ngon giòn:SÁCH DẠY NẤU ĂN NỒI CHIÊN KHÔNG KHÍ TỐI ƯU

AF750153

Khám phá 100 công thức nấu ăn nhanh chóng và dễ dàng bằng nồi chiên không khí để có những bữa ăn ngon và tốt cho sức khỏe

Bình Âu

từ chối trách nhiệm

Thông tin trong Sách điện tử này nhằm mục đích phục vụ như một bộ sưu tập toàn diện các chiến lược mà tác giả của Sách điện tử này đã thực hiện nghiên cứu. Tóm tắt, chiến lược, mẹo và thủ thuật chỉ được tác giả đề xuất và việc đọc Sách điện tử này sẽ không đảm bảo rằng kết quả của một người sẽ phản ánh chính xác kết quả của tác giả. Tác giả của Sách điện tử đã thực hiện tất cả các nỗ lực hợp lý để cung cấp thông tin hiện tại và chính xác cho người đọc Sách điện tử. Tác giả và các cộng sự của nó sẽ không chịu trách nhiệm pháp lý cho bất kỳ lỗi hoặc thiếu sót không chủ ý nào có thể được tìm thấy. Tài liệu trong Sách điện tử có thể bao gồm thông tin từ bên thứ ba. Tài liệu của bên thứ ba bao gồm các ý kiến được thể hiện bởi chủ sở hữu của họ. Do đó, tác giả của Sách điện tử không chịu trách nhiệm hoặc trách nhiệm pháp lý đối với bất kỳ tài liệu hoặc ý kiến của bên thứ ba nào. Cho dù là do sự phát triển của internet hay do những thay đổi không lường trước được trong chính sách của công ty và hướng dẫn gửi biên tập, những gì được coi là sự thật tại thời điểm viết bài này có thể trở nên lỗi thời hoặc không thể áp dụng được sau này.

MỤC LỤC

GIỚI THIỆU

Bạn đang tìm cách nấu những món ăn yêu thích mà không sợ dầu mỡ thừa? Không tìm đâu xa hơn nồi chiên không khí! Thiết bị nhà bếp tuyệt vời này sử dụng luồng không khí nóng để nấu thức ăn đến độ giòn hoàn hảo, trong khi sử dụng ít hoặc không cần dầu. Trong cuốn sách nấu ăn này, bạn sẽ tìm thấy nhiều công thức nấu ăn không chỉ dễ làm mà còn tốt cho sức khỏe và ngon miệng. Từ những món ăn quen thuộc cổ điển như gà rán và khoai tây chiên, đến những món ăn lạ miệng hơn như falafel và gà rán Hàn Quốc, cuốn sách dạy nấu ăn này luôn có thứ gì đó dành cho mọi người. Vì vậy, hãy lấy nồi chiên không khí của bạn và sẵn sàng thưởng thức những món ngon giòn mà không cảm thấy tội lỗi!

BỮA SÁNG VÀ BỮA TRƯA

1. Trứng tráng hành tây và phô mai

Phục vụ: 1

Thành phần:

- 2 quả trứng
- 2 muỗng canh phô mai cheddar nạo
- 1 muỗng cà phê nước tương $\frac{1}{2}$ củ hành tây, thái lát
- $\frac{1}{4}$ muỗng cà phê tiêu
- 1 muỗng canh dầu ô liu

Chỉ đường :

a) Đánh trứng cùng với hạt tiêu và nước tương.

b) Làm nóng nồi chiên không khí ở nhiệt độ 350 độ F.

c) Đun nóng dầu ô liu và thêm hỗn hợp trứng và hành tây. Nấu trong 8 đến 10 phút.

d) Phủ phô mai cheddar bào lên trên.

2. Trứng luộc truyền thống

Máy chủ 6

Thành phần:

- 6 quả trứng lớn

Chỉ đường :

a) Làm nóng nồi chiên không dầu của bạn ở nhiệt độ 300 độ F.

b) Đặt trứng vào giỏ của nồi chiên không khí và nướng ít nhất 8 phút đối với lòng đỏ hơi lỏng hoặc 12 đến 15 phút đối với lòng đỏ cứng hơn.

c) Dùng kẹp, đặt trứng vào bát nước đá.

d) Để nguội trong nước lạnh trong 5 phút.

e) Gọt vỏ và phục vụ.

3. Bánh mì nướng vani

Máy chủ 6

Thành phần:

- 12 lát bánh mì ½ chén đường
- 1 ½ muỗng cà phê quế
- 1 thanh bơ, làm mềm
- 1 muỗng cà phê chiết xuất vani

Chỉ đường :

a) Làm nóng nồi chiên không khí ở nhiệt độ 400 độ F. Cho tất cả nguyên liệu vào tô, trừ bánh mì. Phết hỗn hợp bơ quế lên lát bánh mì.

b) Đặt các lát bánh mì vào nồi chiên không khí. Nấu trong 5 phút.

4. Cháo hạt lanh

Máy chủ 4

Thành phần:

- 2 chén yến mạch cắt thép
- 1 chén hạt lanh
- 1 muỗng canh bơ đậu phộng
- 1 muỗng canh bơ
- 4 ly sữa
- 4 muỗng canh mật ong

Chỉ đường :

a) Làm nóng nồi chiên không dầu ở nhiệt độ 390 độ F. Cho tất cả nguyên liệu vào một chiếc bát chịu nhiệt.

b) Đặt vào nồi chiên không khí và nấu trong 5 phút.

c) Khuấy và phục vụ.

5. A ir Fryer S bị xáo trộn Eggs

Thành phần:

- 1/3 muỗng canh bơ không ướp muối
- 2 quả trứng
- 2 muỗng canh sữa
- Muối và hạt tiêu cho vừa ăn
- 1/8 chén phô mai cheddar

Chỉ đường :

a) Cho bơ vào chảo an toàn với lò nướng/nồi chiên không dầu và đặt bơ vào bên trong nồi chiên không dầu.

b) Nấu ở 300 độ cho đến khi bơ tan chảy, khoảng 2 phút.

c) Đánh trứng và sữa với nhau, sau đó thêm muối và hạt tiêu cho vừa ăn.

d) Cho trứng vào chảo đun ở nhiệt độ 300 độ C trong 3 phút, sau đó đẩy trứng vào trong chảo để đảo đều.

e) Nấu thêm 2 phút rồi thêm phô mai cheddar, khuấy trứng lần nữa.

f) Nấu thêm 2 phút nữa.

g) Lấy chảo ra khỏi nồi chiên không khí và thưởng thức chúng ngay lập tức.

6. Nồi chiên không khí trứng Scotch

Khẩu phần: 4

Thành phần:

- 1 pound (453,59 g) xúc xích heo số lượng lớn
- 1 muỗng canh hẹ, thái nhỏ
- 2 muỗng canh mùi tây tươi, thái nhỏ
- 1/8 Muỗng cà phê Nhục đậu khấu
- 1/8 muỗng cà phê muối Kosher
- 1/8 muỗng cà phê tiêu đen xay
- 4 quả trứng luộc chín, bóc vỏ
- 1 cốc (100 g) phô mai Parmesan bào nhỏ
- 2 muỗng cà phê Mù tạt xay thô

Chỉ đường :

a) Đối với trứng: Trong một bát lớn, kết hợp xúc xích, mù tạt, hẹ, rau mùi tây, nhục đậu khấu, muối và hạt tiêu đen. Nhẹ nhàng trộn cho đến khi mọi thứ được kết hợp tốt. Định hình hỗn hợp thành bốn miếng có kích thước bằng nhau.

b) Cho từng quả trứng vào miếng xúc xích và tạo hình xúc xích xung quanh quả trứng. Nhúng từng viên vào phô mai Parmesan bào nhỏ để phủ hoàn toàn, ấn nhẹ để dính. Đảm bảo rằng phô mai vụn được ép kỹ vào thịt để chúng không bay lung tung trong nồi chiên không dầu.

c) Xếp trứng vào giỏ nồi chiên không dầu. Xịt nhẹ bằng dầu thực vật chống dính. Đặt nồi chiên ở nhiệt độ 400°F trong 15 phút. Nửa chừng thời gian nấu, lật trứng và xịt dầu thực vật.

7. B Bữa sáng hầm

Năng suất: 8

Thành phần:

- 1 LB Lạp xưởng
- 1/4 chén hành trắng thái hạt lựu
- 1 ớt chuông xanh thái hạt lựu
- 8 quả trứng nguyên quả, đập dập
- 1/2 chén Phô mai Colby Jack bào nhỏ
- 1 muỗng cà phê hạt thì là
- 1/2 muỗng cà phê muối tỏi

Chỉ đường :

a) Thêm hành tây và hạt tiêu và nấu cùng với xúc xích xay cho đến khi rau mềm và xúc xích chín.

b) Xịt chảo nồi chiên không khí bằng bình xịt chống dính.

c) Cho hỗn hợp xúc xích đã xay vào đáy chảo.

d) Phủ đều phô mai lên trên.

e) Đổ đều trứng đã đánh lên phô mai và xúc xích.

f) Thêm hạt thì là và muối tỏi đều trên trứng.

g) Đặt giá đỡ ở vị trí thấp trong nồi chiên không khí , sau đó đặt chảo lên trên.

h) Đặt thành Air Crisp trong 15 phút ở 390 độ.

i) Nếu bạn đang sử dụng nồi chiên không khí, hãy đặt món ăn trực tiếp vào giỏ của nồi chiên không dầu và nấu trong 15 phút ở nhiệt độ 390 độ.

j) Cẩn thận loại bỏ và phục vụ.

8. Dễ dàng Homemade Granola

làm cho 4

Thành phần:

- 2 chén (220g) hạt hồ đào, xắt nhỏ
- 1 cốc (85g) giả dừa
- 1 cốc (122g) hạnh nhân cắt lát
- 1 thìa cà phê (2,6g) quế
- 1 muỗng canh (18g) xịt dầu dừa

Chỉ đường :

a) Trong một bát lớn, trộn hồ đào, dừa bào sợi, hạnh nhân cắt nhỏ và quế xay.

b) Phun sương nhẹ bằng bình xịt dầu dừa, quăng và phun sương nhẹ lần nữa.

c) Lót giấy nướng vào giỏ nồi chiên không khí.

d) Đổ hỗn hợp ra rổ.

e) Nấu ở 160°C, trong 4 phút, đảo và nấu thêm 3 phút nữa.

9. Pizza cà tím

phục vụ 2

Thành phần:

- 1 quả cà tím lớn (459g)
- ½ cốc (138g) nhân bánh pizza
- 2 tép tỏi, đập dập (6g)
- ¾ cốc (90g) phô mai mozzarella bào nhỏ
- 6 quả cà chua bi (48g)
- ớt chuông vàng nhỏ , thái lát (65g)

Chỉ đường :

a) Thái cà tím theo chiều dọc, dày khoảng 1,5cm.

b) Chà một ít muối lên cả hai mặt của lát và để trên giấy thấm ít nhất 10 đến 15 phút. Làm như vậy để nước chảy ra từ các tế bào bên trong, giúp cà tím mềm khi nấu. Thấm khô.

c) Rắc muối biển và hạt tiêu.

d) Đặt vào giỏ nồi chiên không khí và nấu ở 180°C, trong 5 phút.

e) Trong khi đó, trộn bột bánh pizza và tỏi băm nhỏ.

f) Phết hỗn hợp bánh pizza lên trên mỗi lát cà tím.

g) Rắc phô mai mozzarella, cà chua bi và ớt chuông .

h) Nêm muối biển và tiêu xay.

i) Nấu ở 180°C, trong 6 phút hoặc cho đến khi có màu vàng nâu.

10. Avo cado trên Cauliflower Hash Browns

phục vụ 2

Thành phần:

- 350g cơm súp lơ đông lạnh, rã đông
- 1 quả trứng lớn (51g), đánh bông
- $\frac{1}{2}$ cốc (60g) phô mai mozzarella nạo
- 1 quả bơ lớn, chín (216g)
- $\frac{1}{2}$ thìa cà phê (1,3g) bột tỏi

Chỉ đường :

a) Lót giấy nướng vào giỏ nồi chiên không dầu.

b) Bóp độ ẩm dư thừa từ súp lơ.

c) Lau khô trước khi cho vào tô lớn.

d) Thêm trứng và phô mai mozzarella và nêm, khuấy đều.

e) Chia hỗn hợp làm 4 và dùng muỗng múc thành những viên tròn trên giấy nướng.

f) Nấu ở 200°C, trong 5 phút.

g) Nhẹ nhàng f l ip và nấu thêm 4 phút nữa.

h) Trong khi đó, cho bột bơ và tỏi vào một cái bát và nêm gia vị.

i) Trộn đều cho đến khi đẹp và kem.

j) Để phục vụ, phết lên bánh mì nướng súp lơ và phục vụ ngay lập tức.

11. Bông cải xanh đập vụn

phục vụ 2

Thành phần:

- 350 g gạo bông cải xanh
- ½ cốc (60g) phô mai cheddar nạo
- 1 quả trứng lớn (51g)
- 2 muỗng canh (16g) bột hạnh nhân

Chỉ đường :

a) Lấy 350 g gạo bông cải xanh đông lạnh, rã đông và ép lấy càng nhiều chất lỏng càng tốt. Thấm khô bằng giấy thấm.

b) Trong một cái bát, trộn cơm bông cải xanh, ½ cốc (60g) phô mai cheddar bào nhỏ, 1 quả trứng lớn (51g) và 2 thìa canh (16g) bột hạnh nhân. Mùa.

c) Lót giấy nướng vào giỏ nồi chiên không dầu. Đặt 6 viên tròn bằng nhau vào giỏ nồi chiên không khí và ấn nhẹ để vỗ béo. Nấu ở 200°C, trong 5 phút. Lật và nấu thêm 4 phút nữa. Lặp lại.

12. Quiche rau mùa xuân

phục vụ 1

Thành phần:

- 1 quả trứng lớn (51g)
- 3 muỗng canh (60g) kem
- ớt chuông thái hạt lựu (7g)
- 1 muỗng canh hẹ thái hạt lựu (8g)
- 1 muỗng canh (14g) ngô
- 1 muỗng canh Phô mai cheddar vụn (20g)

Chỉ đường :

a) Đánh đều trứng và kem.

b) Phết nhẹ một đĩa bánh quiche bằng sứ nhỏ 12 cm.

c) Phân phối các loại rau xắt nhỏ trên cơ sở của nó.

d) Đổ hỗn hợp trứng vào, nêm vừa ăn và rắc phô mai bào.

e) Nấu ở 160°C, trong 10 phút.

13. bánh quiche phô mai

Phục vụ: 8

Thành phần:

Vỏ trái đất:

- $1\frac{1}{4}$ chén bột hạnh nhân chần
- 1 quả trứng lớn, bị đánh đập
- $1\frac{1}{4}$ chén phô mai Parmesan bào
- $\frac{1}{4}$ muỗng cà phê muối biển mịn

Đổ đầy:

- 4 ounce (113 g) pho mát kem
- 1 chén phô mai Thụy Sĩ cắt nhỏ
- $^{1}/_{3}$ chén tỏi tây băm nhỏ
- 4 quả trứng lớn, bị đánh tan
- $\frac{1}{2}$ chén nước luộc gà
- $\frac{1}{8}$ muỗng cà phê ớt cayenne
- $\frac{3}{4}$ muỗng cà phê muối biển mịn
- 1 muỗng canh bơ không ướp muối, tan chảy
- Hành lá xắt nhỏ, để trang trí
- bình xịt nấu ăn

Chỉ đường :

a) Xịt chảo nướng bằng bình xịt nấu ăn.

b) Kết hợp bột mì, trứng, Parmesan và muối trong một bát lớn. Khuấy để trộn cho đến khi tạo thành một khối bột mịn và chắc.

c) Xếp bột vào giữa hai tờ giấy nến đã thoa mỡ, sau đó cán bột thành hình tròn dày 1/16 inch.
d) Làm vỏ bánh: Chuyển bột vào khuôn đã chuẩn bị sẵn và ép để phủ đáy.
e) Trượt chảo nướng vào Vị trí giá đỡ 1, chọn Nướng đối lưu, đặt nhiệt độ thành 325°F (163°C) và đặt thời gian thành 12 phút.
f) Khi nấu xong, các cạnh của lớp vỏ phải có màu nâu nhạt.
g) Trong khi đó, trộn các nguyên liệu làm nhân bánh, trừ hành lá vào một bát lớn.
h) Đổ nhân lên trên lớp vỏ đã nấu chín và bọc các cạnh của lớp vỏ bằng giấy nhôm.
i) Trượt chảo nướng vào Vị trí giá đỡ 1, chọn Nướng đối lưu và đặt thời gian thành 15 phút.
j) Khi nấu xong, giảm nhiệt xuống 300°F (150°C) và đặt thời gian thành 30 phút.
k) Khi nấu xong, một cây tăm cắm vào giữa sẽ sạch sẽ.
l) Lấy ra khỏi lò và để nguội trong 10 phút trước khi ăn.

14. khoai lang băm

Phục vụ: 2

Thành phần

- 450 gram khoai lang
- 1/2 củ hành trắng, thái hạt lựu
- 3 muỗng canh dầu ô liu
- 1 muỗng cà phê ớt bột hun khói
- 1/4 muỗng cà phê thì là
- 1/3 muỗng cà phê bột nghệ
- 1/4 muỗng cà phê muối tỏi
- 1 chén sốt bơ

Hướng

a) Làm nóng thiết bị trước bằng cách chọn chế độ AIR FRY trong 3 phút ở 325 độ F.

b) Chọn BẮT ĐẦU/TẠM DỪNG để bắt đầu quá trình làm nóng sơ bộ.

c) Sau khi làm nóng sơ bộ xong, nhấn START/PAUSE.

d) Gọt vỏ và cắt khoai tây thành khối.

e) Bây giờ, chuyển khoai tây vào một cái bát và thêm dầu, hành trắng, thìa là, ớt bột, nghệ và muối tỏi.

f) Cho hỗn hợp này vào giỏ của Air Fasher.

g) Đặt nó ở chế độ AIR FRY trong 10 phút ở 390 độ F.
h) Sau đó lấy ra rổ và lắc đều.
i) Sau đó, đặt lại thời gian thành 15 phút ở 390 độ F.

15. Frittata kiểu Hy Lạp

Phục vụ: 2

Thành phần:

- 4 quả trứng, đánh nhẹ
- 2 muỗng canh kem nặng
- 2 chén rau bina, xắt nhỏ
- 1 chén nấm xắt nhỏ
- 3 oz. phô mai feta, vỡ vụn
- Một nắm mùi tây tươi, xắt nhỏ
- Muối và hạt tiêu đen

Chỉ đường :

a) Xịt giỏ nồi chiên không khí của bạn bằng bình xịt nấu ăn. Trong một cái bát, đánh trứng cho đến khi kết hợp.

b) Khuấy rau bina, nấm, feta, rau mùi tây, muối và hạt tiêu.

c) Đổ vào giỏ và nấu trong 6 phút ở 350 F. Phục vụ ngay lập tức với một chút gia vị cà chua thơm.

16. **Cheddar Hash Browns**

Máy chủ 4

Thành phần:

- 4 củ khoai tây, gọt vỏ, nạo
- 1 củ hành nâu, xắt nhỏ
- 3 tép tỏi, băm nhỏ
- $\frac{1}{2}$ chén phô mai cheddar nạo
- 1 quả trứng, đánh nhẹ
- Muối và hạt tiêu đen
- 3 muỗng canh nhánh cỏ xạ hương mịn
- bình xịt nấu ăn

Chỉ đường :

a) Trong một cái bát, dùng tay trộn đều khoai tây, hành tây, tỏi, phô mai, trứng, muối, hạt tiêu đen và cỏ xạ hương. Xịt nồi chiên bằng bình xịt nấu ăn.

b) Nhấn hỗn hợp màu nâu băm vào giỏ và nấu trong 9 phút ở 400 F., lắc một lần trong khi nấu.

c) Khi đã sẵn sàng, đảm bảo rằng băm có màu vàng và giòn.

17. Bánh nướng anh đào và hạnh nhân

Máy chủ 4

Thành phần:

- 2 cốc bột
- ⅓ chén đường
- 2 muỗng cà phê bột nở
- $\frac{1}{2}$ chén hạnh nhân thái lát
- $\frac{3}{4}$ chén anh đào xắt nhỏ, sấy khô
- $\frac{1}{4}$ chén bơ lạnh, cắt thành khối
- $\frac{1}{2}$ cốc sữa
- 1 quả trứng
- 1 muỗng cà phê chiết xuất vani

Chỉ đường :

a) Lót giấy nướng vào giỏ nồi chiên không khí. Trộn bột mì, đường, bột nở, hạnh nhân và quả anh đào khô.

b) Chà bơ vào các nguyên liệu khô bằng tay để tạo thành một kết cấu vụn như cát. Đánh đều trứng, sữa và chiết xuất vani.

c) Đổ vào các thành phần khô và khuấy để kết hợp.

d) Rắc bột mì lên một tấm ván, trải bột lên tấm ván và nhào vài lần. Định hình thành một hình chữ nhật và cắt thành 9 hình vuông.
e) Sắp xếp các hình vuông trong giỏ của nồi chiên không khí và nấu trong 14 phút ở 390 F.
f) Phục vụ ngay lập tức.

18. Bánh mì nướng kiểu Pháp với vani

Phục vụ: 3

Thành phần:

- 6 lát bánh mì trắng
- 2 quả trứng
- $\frac{1}{4}$ chén kem nặng
- ⅓ chén đường trộn với 1 muỗng cà phê bột quế
- 6 muỗng canh caramen
- 1 muỗng cà phê chiết xuất vani

Chỉ đường :

a) Trong một cái bát, đánh trứng và kem. Nhúng từng miếng bánh mì vào trứng và kem. Nhúng bánh mì vào hỗn hợp đường và quế cho đến khi được phủ đều.

b) Trên một tấm ván sạch, đặt các lát đã tráng và trải ba trong số các lát với khoảng 2 muỗng canh caramel mỗi lát, xung quanh tâm.

c) Đặt ba lát còn lại lên trên để tạo thành ba chiếc bánh mì.

d) Xịt dầu vào giỏ nồi chiên không khí.

e) Sắp xếp bánh mì vào nồi chiên và nấu trong 10 phút ở nhiệt độ 340 F, lật một lần trong khi nấu.

19. Chorizo Frittata Tây Ban Nha

Phục vụ: 3

Thành phần:

- 3 quả trứng
- 1 củ khoai tây lớn, luộc chín và cắt khối
- ½ chén ngô đông lạnh
- ½ chén phô mai feta, vụn
- 1 muỗng canh rau mùi tây xắt nhỏ
- ½ chorizo, thái lát
- 3 muỗng canh dầu ô liu
- Muối và hạt tiêu cho vừa ăn

Chỉ đường :

a) Đổ dầu ô liu vào nồi chiên không khí và làm nóng trước ở nhiệt độ 330 độ F. Nấu chorizo cho đến khi hơi chuyển sang màu nâu. Đánh trứng với một ít muối và hạt tiêu trong một cái bát.

b) Khuấy trong tất cả các thành phần còn lại. Đổ hỗn hợp vào nồi chiên không khí, khuấy đều và nấu trong 6 phút.

20. Bánh nướng xốp Zucchini

Máy chủ 4

Thành phần:

- 1 $\frac{1}{2}$ chén bột mì
- 1 thìa cà phê quế
- 3 quả trứng
- 2 muỗng cà phê bột nở
- 2 muỗng canh đường
- 1 ly sữa
- 2 muỗng canh bơ, tan chảy
- 1 muỗng canh sữa chua
- $\frac{1}{2}$ chén zucchini cắt nhỏ
- Một nhúm muối
- 2 muỗng canh pho mát kem

Chỉ đường :

a) Làm nóng nồi chiên không khí ở nhiệt độ 350 độ F. Trong một cái bát, đánh trứng cùng với đường, muối, quế, pho mát kem, bột mì và bột nở.

b) Trong một bát khác, kết hợp tất cả các thành phần chất lỏng. Nhẹ nhàng kết hợp hỗn hợp khô và lỏng. Khuấy bí xanh.

c) Lót giấy nướng bánh vào khuôn bánh muffin và đổ bột vào bên trong. Sắp xếp trong nồi chiên không khí và nấu trong 15 phút.
d) Kiểm tra bằng tăm.

MÓN KHAI THÁC VÀ MÓN QUAY

21. A ir Fryer Z khoai tây chiên ucchini

Thành phần:

- 2 bí xanh vừa
- 1 quả trứng lớn, bị đánh đập
- ⅓ chén bột hạnh nhân
- $\frac{1}{2}$ chén phô mai parmesan nạo
- 1 muỗng cà phê gia vị Ý
- $\frac{1}{2}$ muỗng cà phê bột tỏi
- $\frac{1}{4}$ muỗng cà phê muối biển
- $\frac{1}{4}$ muỗng cà phê tiêu đen
- xịt nấu ăn dầu ô liu

Chỉ đường :

a) Cắt đôi quả bí xanh rồi thái thành que dày khoảng $\frac{1}{2}$ inch và dài 34 inch.

b) Trong một cái bát, kết hợp bột hạnh nhân, phô mai parmesan bào, gia vị Ý, bột tỏi, muối biển và hạt tiêu đen. Trộn để kết hợp. Để qua một bên.

c) Trong một bát riêng, đánh trứng cho đến khi đánh tan.

d) Nhúng các thanh bí xanh vào trứng rửa sạch rồi lăn và áo qua hỗn hợp bột hạnh nhân tẩm bột. Đặt lên đĩa (đối với nồi chiên không khí) hoặc khay nướng có lót giấy (đối với lò nướng).

e) Xịt dầu ô liu lên các que zucchini một cách hào phóng.

f) Hướng dẫn sử dụng nồi chiên không khí: Làm theo từng mẻ nhỏ, xếp bí ngòi đã chiên thành một lớp vào nồi chiên không khí và chiên ở nhiệt độ 400°F (200°C) trong 10 phút hoặc cho đến khi vàng và giòn.

22. Ricotta nhồi cà tím tròn

NĂNG SUẤT: 12

Thành phần:

- 1 Cà tím vừa
- Muối biển

đổ đầy

a) 6 oz. Phô mai ri-cô-ta

b) 1/4 cốc Phô mai Parmesan

c) 3 muỗng canh mùi tây tươi

d) 1 muỗng cà phê bột tỏi

e) 1 quả trứng

bánh mì

a) 2 quả trứng

b) 1,5 chén vụn da heo

c) 2 muỗng cà phê gia vị Ý

d) 1/4 chén Phô mai Parmesan (để làm bánh mì)

Chỉ đường :

a) Cắt cà tím thành những viên tròn 1/2 inch. Đặt trên khay nướng có lót khăn giấy và rắc muối biển lên trên. Đặt khăn giấy lên trên đó và một tấm nướng khác. Cho bát hoặc đĩa cân xuống chảo để chiết bớt nước trong 30 phút.

b) Trong khi cà tím thái lát đang đổ mồ hôi, hãy trộn ricotta, parmesan, rau mùi tây và một quả trứng vào bát và đặt sang một bên.

c) Lấy khăn giấy ra khỏi cà tím và lau sạch muối thừa. Rải một muỗng canh hỗn hợp ricotta lên trên mỗi viên tròn và phết đều lên cà tím bằng dao phết bơ. Lặp lại với tất cả các lát cà tím.

d) Đặt các viên tròn cà tím nhiều lớp ricotta lên khay nướng và đặt vào ngăn đá tủ lạnh để đông lại.

e) Sau khi đã chín, cho hai quả trứng vào đĩa, sau đó trộn bì heo, 1/4 cốc phô mai parmesan và gia vị Ý trong một đĩa riêng. Lăn từng miếng cà tím trong nước rửa trứng và sau đó trong hỗn hợp da heo. Nhấn xuống khi cần thiết để phủ đều.

f) Đặt từng viên tròn trở lại khay nướng và cho vào tủ đá một lần nữa để định hình, khoảng 30 - 45 phút.

g) Chỉ 8 phút ở 375 F trong nồi chiên không khí là khoảng thời gian hoàn hảo để có được lớp vỏ màu nâu vàng giòn và cà tím chín hoàn hảo.

23. Que chiên không khí Churro

Khẩu phần: 5

Thành phần:

- 1 ½ C. Phô mai Mozzarella
- 2 oz. kem phô mai
- 1 C. Bột hạnh nhân
- 2 muỗng canh Đổ đường thay thế bánh kẹo
- ½ thìa cà phê quế
- 1 ½ thìa cà phê Bột nở
- 1 quả trứng
- 2 muỗng canh Heavy whipping cream

Đối với topping :

- 1 Muỗng canh bơ đun chảy
- 2 muỗng canh Chất tạo ngọt dạng hạt
- 1 muỗng cà phê quế

Chỉ đường :

a) Làm nóng nồi chiên không khí ở nhiệt độ 350 độ.

b) Trong một bát an toàn với lò vi sóng, kết hợp pho mát mozzarella và pho mát kem. Đun mỗi lần 30 giây cho đến khi phô mai tan chảy hoàn toàn và trộn đều thành một khối bột.

c) Nhào bột hạnh nhân, bột nở, đường thay thế bánh kẹo Swerve và $\frac{1}{2}$ thìa quế vào hỗn hợp phô mai tan chảy. Tốt nhất là sử dụng tay của bạn và kiên nhẫn, vì quá trình này có thể mất vài phút.

d) Trộn trứng và heavy whipping cream vào hỗn hợp bột cho đến khi mịn.

e) Thìa bột vào túi bắt kem hoặc dụng cụ khác có đầu trang trí hình ngôi sao lớn ở cuối.

f) Đặt các dải bột dài 34 inch lên khay có lót giấy da.

g) Nướng các que churro trong nồi chiên không dầu trong 45 phút mỗi mặt hoặc cho đến khi mỗi mặt có màu vàng nâu và các que churro chín đều.

h) Phết bơ tan chảy lên các que churro đã chiên bằng không khí.

i) Trộn chất làm ngọt dạng hạt và 1 thìa cà phê quế trong một bát nhỏ.

j) Rắc quế lên các que churro đã phết bơ và phục vụ.

24. Nông trại Poppers Jalapeno

Khẩu phần: 4

Thành phần:

- 6 ớt jalapenos cắt đôi và bỏ hạt
- 1 muỗng canh bột sốt trang trại
- 4 ounce pho mát kem mềm
- 1/4 chén phô mai cheddar bào nhỏ
- 1/4 chén hành lá thái nhỏ
- thịt xông khói 1 pound

Chỉ đường :

- 1. Rửa sạch ớt jalapenos và cắt theo chiều dọc, loại bỏ hạt và màng. Mang găng tay nếu bạn có chúng
- 2. Trộn pho mát kem đã làm mềm, pho mát cheddar, bột ranch và hành lá vào một cái bát, cho đến khi trộn đều.

- 3. Cho 12 muỗng canh nhân vào mỗi nửa quả ớt jalapeno, sau đó bọc trong một lát thịt xông khói.
- 4. Nấu chúng trong nồi chiên không khí của bạn ở nhiệt độ 400F trong khoảng 10 phút hoặc cho đến khi thịt xông khói chín và bắt đầu giòn.

25. khoai tây chiên không khí khoai tây chiên

Khẩu phần : 4 khẩu phần

Thành phần:

- 1 $\frac{1}{2}$ chén khoai lang
- 2 củ khoai lang vừa
- 1 muỗng canh dầu ô liu siêu nguyên chất
- 2 muỗng canh đường nâu hữu cơ có thể dùng nhạt hoặc đậm
- 2 thìa cà phê ớt bột
- 1 muỗng cà phê thì là
- $\frac{1}{2}$ muỗng cà phê muối

Chỉ đường :

a) Thái mỏng khoai lang.

b) Cho dầu vào bát để từng lát khoai lang được tráng nhẹ. Bạn có thể dùng tay nếu thích.

c) Trộn đường nâu, bột ớt, thì là và muối trong một bát nhỏ.

d) Nếu có nước chảy ra từ khoai lang khi chúng đang ngồi, thì bạn có thể xả nước đó đi.

e) Rắc hỗn hợp gia vị lên trên khoai lang và đảo đều để mỗi lát khoai đều có gia vị. Chúng được phủ nhẹ như trong ảnh trên.

f) Xếp khoai lang thành một lớp trong nồi chiên không khí chạm hoặc chồng lên nhau một chút. Nếu bạn có cánh khuấy trong nồi chiên không khí cần phải tháo ra.

g) Chiên bằng không khí ở 180°C (356°F) trong 6 đến 9 phút tùy thuộc vào độ mỏng của lát của bạn.

h) Lắc giỏ nửa chừng hoặc khuấy nhẹ để lấy chúng ra khỏi đáy nồi chiên không dầu.

i) Khi hoàn tất, hãy đặt khoai tây chiên lên giá làm mát và để chúng nguội. Chúng sẽ giòn hơn khi nguội.

j) Làm xong và ăn hoặc bảo quản trong hộp kín.

26. Hành tây chiên

Khẩu phần: 6

Thành phần:

- 1 củ hành ngọt lớn cắt thành vòng
- 1 chén bột hạnh nhân
- 1 chén phô mai Parmesan bào
- 1 muỗng canh bột nở
- 1 muỗng cà phê ớt bột hun khói
- Muối và tiêu
- 2 quả trứng đánh tan
- 1 muỗng canh kem nặng
- bình xịt nấu ăn

Chỉ đường :

a) Trong một bát vừa, kết hợp bột hạnh nhân, phô mai Parmesan, bột nở, ớt bột hun khói, muối và hạt tiêu.

b) Đánh trứng và kem nặng trong một bát khác.

c) Ảnh chụp từ trên cao của một chiếc bát màu trắng có trứng và một lát hành tây được phủ lên trên.

d) Nhúng các khoanh hành tây vào trứng rồi đến hỗn hợp bột hạnh nhân. Nhấn hỗn hợp bột hạnh nhân vào hành tây. Chuyển sang một tấm nướng lót giấy da và lặp lại với hành tây còn lại.

e) Đĩa bánh trắng với hỗn hợp bột hạnh nhân Parmesan trong đó với hành tây được phủ lên trên.

f) Làm nóng nồi chiên không dầu của bạn ở nhiệt độ 350 độ. Xếp hành tây thành một lớp, nấu theo đợt nếu cần. (Nếu muốn, bạn có thể lót nồi chiên không dầu của mình bằng các tấm lót nồi chiên không dầu.)

g) Phun hành tây bằng bình xịt nấu ăn và nấu trong 5 phút. Dùng thìa cẩn thận luồn vào bên dưới củ hành và lật. Xịt lại và nấu thêm 5 phút nữa.

27. Nồi chiên không khí tôm dừa

PHỤC VỤ 4 phần ăn

Thành phần:

- 1 pound tôm sống, lớn, bóc vỏ và bỏ đuôi
- $\frac{1}{4}$ chén bột mì đa dụng
- $\frac{1}{2}$ muỗng cà phê muối
- $\frac{1}{4}$ muỗng cà phê tiêu đen
- 2 quả trứng lớn
- $\frac{3}{4}$ chén dừa vụn không đường
- $\frac{1}{4}$ chén vụn bánh mì
- bình xịt nấu ăn
- Tương ớt ngọt để ăn kèm

Chỉ đường :

a) Làm nóng nồi chiên không dầu ở nhiệt độ 360°F. Khi đun nóng, phun giỏ bằng bình xịt nấu ăn.

b) Kết hợp bột mì, muối và hạt tiêu trong một bát nông. Đánh trứng trong một cái bát cạn thứ hai.

Sau đó, kết hợp dừa vụn và vụn bánh mì panko trong một cái bát cạn thứ ba.

c) Nhúng tôm vào hỗn hợp bột, rũ bỏ phần thừa. Sau đó cho tôm vào trứng, cuối cùng cho hỗn hợp panko dừa vào, ấn nhẹ cho tôm dính chặt.

d) Đặt tôm dừa vào nồi chiên không khí để chúng không chạm vào nhau và xịt nước lên trên tôm. Nấu trong 1012 phút, lật nửa chừng.

e) Trang trí với rau mùi tây xắt nhỏ, và dùng ngay với tương ớt ngọt, nếu muốn.

28. khoai tây chiên cải xoăn nồi chiên không khí

phục vụ 2

Thành phần:

- 1 mẻ cải xoăn, rửa sạch và vỗ nhẹ cho khô
- 2 muỗng cà phê dầu ô liu
- 1 muỗng canh men dinh dưỡng
- $\frac{1}{4}$ muỗng cà phê muối biển
- 1/8 muỗng cà phê tiêu đen xay

Chỉ đường :

a) Loại bỏ lá từ thân cải xoăn và đặt chúng vào một cái bát vừa.

b) Thêm dầu ô liu, men dinh dưỡng, muối và hạt tiêu. Dùng tay xoa bóp lớp phủ trên lá cải xoăn.

c) Đổ cải xoăn vào giỏ của nồi chiên không khí và nấu ở nhiệt độ 390 độ F trong 67 phút hoặc cho đến khi chúng giòn.

d) Thưởng thức khi còn nóng hoặc ở nhiệt độ phòng.

29. Khoai tây chiên đậu xanh

năng suất: 6

Thành phần:

- 1 pound đậu xanh, cắt bỏ phần cuối
- 1 quả trứng
- 1 muỗng canh sốt trang trại
- 1 chén bột hạnh nhân
- 1/2 muỗng cà phê muối tỏi
- 1/2 muỗng cà phê tiêu
- 1/2 muỗng cà phê bột tỏi
- 1/2 chén phô mai parmesan

Chỉ đường :

a) Làm nóng trước máy của bạn theo hướng dẫn ở 390 độ F.

b) Khi nóng, thêm bao nhiêu đậu xanh tùy thích mà không quá đông.

c) Xịt bằng bình xịt nấu ăn để giúp giòn.

d) Nấu trong 5 phút, lắc rổ giữa chừng để di chuyển chúng.

30. Que cá chiên không khí

Khẩu phần: 4 khẩu phần

Thành phần:

- 1 lb cá trắng như cá tuyết
- $\frac{1}{4}$ chén sốt mayonaise
- 2 muỗng canh mù tạt Dijon
- 2 muỗng canh nước
- 1 $\frac{1}{2}$ chén panko da heo chẳng hạn như Pork King Good
- $\frac{3}{4}$ muỗng cà phê gia vị Cajun
- Muối và hạt tiêu cho vừa ăn

Chỉ đường :

a) Xịt giá đỡ nồi chiên không dầu bằng bình xịt nấu ăn không dính.

b) Thấm khô cá và cắt thành que rộng khoảng 1 inch x 2 inch.

c) Trong một cái bát nông nhỏ, trộn mayo, mù tạt và nước với nhau. Trong một cái bát nông khác, đánh đều vỏ heo và gia vị Cajun.

d) Thêm muối và hạt tiêu cho vừa ăn.

e) Làm từng miếng cá một, nhúng vào hỗn hợp mayo để phủ lên rồi gõ nhẹ vào phần thừa.

f) Nhúng vào hỗn hợp da heo và quăng áo khoác. Đặt trên giá đỡ nồi chiên không khí.

g) Đặt thành Air Fry ở 400F và nướng trong 5 phút, dùng kẹp lật các que cá và nướng thêm 5 phút nữa. Phục vụ ngay lập tức.

31. Air Fryer Caramel dê phô mai viên

Thành phần:

- 8 oz. phô mai dê mềm
- 3 muỗng canh bột hạnh nhân
- 1 quả trứng, đánh tan
- 3/4 chén da heo xay
- 1/4 chén xi-rô caramel không đường

Chỉ đường :

a) Bóp một miếng phô mai dê nhỏ và cuộn thành những quả bóng cỡ 1/2 inch. Đặt trên một khay nướng lót giấy da và đóng băng trong 30 phút.

b) Lấy ra khỏi tủ đông. Thêm bột hạnh nhân vào một cái bát nhỏ nông và đánh trứng vào một cái khác. Và bì heo xay sang bát thứ ba.

c) Lăn viên phô mai dê vào bột hạnh nhân.

d) Sau đó nhúng vào nước rửa trứng để tráng.

e) Sau đó nạo trong vỏ thịt lợn xay. Lặp lại với những quả bóng phô mai dê còn lại.

f) Đặt các quả bóng thành một lớp trên khay hoặc rổ của nồi chiên không khí để chừa khoảng trống cho không khí lưu thông các quả bóng. Xịt bằng bình xịt nấu ăn. Chiên không khí ở 400 độ trong 6 đến 8 phút.

g) Rưới xi - rô caramel không đường.

32. C rab nhồi nấm

Năng suất: Phục vụ 3

Thành phần:

- 8 lạng nấm

Hỗn hợp:

- 8 lạng thịt cua, xắt nhỏ
- 2 củ hành xanh, thái nhỏ
- 1/4 chén mayo
- 1/3 chén phô mai Parmesan
- 1 muỗng cà phê mùi tây
- 1/4 muỗng cà phê ớt bột
- nhúm muối và hạt tiêu

Chỉ đường :

a) Làm nóng nồi chiên không khí đến 380 độ.

b) Làm sạch nấm bằng cách lau bằng khăn giấy ẩm. Cắt bỏ cuống nấm và dùng thìa để loại bỏ một số mang bên trong.

c) Xịt nhẹ nồi chiên không khí bằng bình xịt nấu ăn hoặc lót bằng giấy bạc.

d) Trong một bát cỡ trung bình, trộn các thành phần nhồi.

e) Nhồi đều từng cây nấm với nhân cua.

f) Xếp từng lớp nấm vào nồi chiên không khí. Không chồng chéo. Bạn có thể phải làm điều này theo đợt tùy thuộc vào kích thước của nấm bạn đang sử dụng.

g) Nấu trong 9 phút hoặc cho đến khi nhồi bắt đầu chuyển sang màu nâu và nấm mềm.

33. Bánh cua

Khẩu phần: 10

Thành phần:

- 1 lb. thịt cua, tươi
- 1/2 chén hẹ, thái hạt lựu
- 1/2 chén Ớt chuông, đỏ, thái hạt lựu
- 3 tép tỏi, băm nhỏ
- 1/4 cốc sốt Mayonnaise
- 1 trứng lớn
- 1/2 muỗng cà phê tiêu trắng
- 2 muỗng canh Rau mùi tây, tươi, cắt nhỏ hoặc xé bằng tay
- 2 thìa cà phê Old Bay
- 1 muỗng canh nước cốt chanh
- 1 muỗng cà phê Mù tạt khô xay
- 2 muỗng canh bột hạnh nhân

Chỉ đường :

a) Cho thịt cua vào tô lớn. Dùng tay sờ tìm vỏ sò và loại bỏ chúng nếu cần.

b) Đánh trứng và mayo trong một bát nhỏ

c) Thêm các nguyên liệu còn lại và hỗn hợp trứng/mayo vào thịt cua. Nhẹ nhàng trộn để kết hợp hoàn toàn.

d) Để hỗn hợp nguội trong 20 - 30 phút

e) Mẫu 8 - 10 bánh đa cua

f) Thêm 4 bánh cua vào giỏ nồi chiên không khí cùng một lúc. Tôi xếp hàng phút bằng giấy nướng bánh tròn 9in.

g) Sử dụng chức năng "air crisp" để nướng bánh đa cua ở nhiệt độ 375 độ C trong 12 - 14 phút

h) Để bánh cua nguội. Phục vụ với một vắt chanh, mùi tây tươi hoặc thì là và nước sốt cao răng.

34. khoai tây chiên

NĂNG SUẤT: 2 PHỤC VỤ

Thành phần:

- 2 quả táo, thái lát mỏng
- 2 muỗng cà phê đường cát
- 1/2 muỗng cà phê quế

Chỉ đường :

a) Trong một bát lớn trộn táo với quế và đường. Làm theo mẻ, xếp táo thành một lớp duy nhất trong rổ của nồi chiên không khí (một số chồng lên nhau là được).

b) Nướng ở 350° trong khoảng 12 phút, lật mặt 4 phút một lần.

35. Khoai tây chiên giòn Parmesan

khẩu phần: 2

Thành phần:

- 1 zucchini trung bình cắt thành vòng $\frac{1}{4}$ inch
- $\frac{1}{2}$ chén phô mai parmesan mới bào

Chỉ đường :

a) Xếp các viên bí ngòi tròn vào nồi chiên không khí thành một lớp. (Nếu giỏ nồi chiên không khí của bạn là loại chống dính, bạn không cần bôi dầu vào giỏ trước. Nếu không chống dính, bạn nên xịt dầu ăn vào giỏ.) Thêm một lớp phô mai parmesan mỏng lên trên các viên tròn, bao phủ bề mặt của mỗi vòng.

b) Đặt nồi chiên không dầu của bạn ở nhiệt độ 370°F (không làm nóng trước). Nướng tròn trong khoảng 12 phút hoặc cho đến khi phô mai có màu nâu vàng sẫm.

c) Để các viên tròn nguội trong vài phút, điều này sẽ giúp phô mai giòn hơn nữa.

d) Phục vụ với nước chấm yêu thích của bạn.

36. Edamame nướng không khí

năng suất: 2 CUPS

Thành phần:

- 2 chén Edamame hoặc Edamame đông lạnh
- Phun dầu Olive
- Muối tỏi

Chỉ đường :

a) Đặt edamame vào giỏ nồi chiên không khí, có thể tươi hoặc đông lạnh.

b) Xịt dầu ô liu và một chút muối tỏi lên trên.

c) Air Fry ở 390 độ trong 10 phút.

d) Khuấy giữa thời gian nấu nếu muốn. Để có hương vị giòn, chiên trong không khí thêm 5 phút.

e) Phục vụ.

37. Máy sấy bánh phô mai

làm cho 12

Thành phần:

- 200g kem phô mai
- ½ cốc (75g) Natvia
- 1 muỗng cà phê (5g) chiết xuất vani
- ½ cốc (50g) bột hạnh nhân

Chỉ đường :

a) Làm nóng nồi chiên không dầu ở nhiệt độ 180°C trong 3 phút.

b) Cắt pho mát kem thành khối và đặt nó vào một cái bát.

c) Thêm Natvia (để dành 2 muỗng canh để dùng sau) và vani và trộn cho đến khi mịn và đẹp. Làm lạnh trong 15 phút.

d) Lăn thành 16 quả bóng có kích thước bằng nhau.

e) Trong một bát nhỏ, trộn bột hạnh nhân với 2 muỗng canh Natvia .

38. bánh xốp bơ

làm cho 10

Thành phần:

- 1 quả bơ lớn, chín (216g)
- $\frac{3}{4}$ cốc (93g) phô mai Parmesan bào
- 1 thìa cà phê (5ml) nước cốt chanh
- $\frac{1}{2}$ thìa cà phê (1,3g) bột tỏi
- $\frac{1}{4}$ thìa cà phê (0,7g) bột hành

Chỉ đường :

a) Trong một cái bát, nghiền bơ cho đến khi thành kem.

b) Thêm các thành phần còn lại và nêm hạt tiêu nứt.

c) Lót từng khay bằng giấy nướng.

d) Trên mỗi cái, phết mỏng hỗn hợp tạo thành những vòng tròn đẹp mắt.

e) Nướng ở 180°C, trong 8 phút.

f) Để nguội trong 1 phút trước khi lật nhẹ; xoay khay cao hơn xuống vị trí thấp hơn (khi nhiệt tăng) và nấu thêm 5 phút nữa hoặc cho đến khi vàng đều.

39. Prosciutto gói măng tây

Máy chủ 6

Thành phần:

- 18 măng tây tươi
- 6 lát prosciutto

Chỉ đường :

a) Cắt măng tây bằng cách đơn giản là chụp nó. Măng tây sẽ mọc tự nhiên ở nơi đầu gỗ bắt đầu.

b) Cắt từng miếng prosciutto thành dải dài mỏng, tùy theo chiều rộng, bạn có thể cắt 34 dải từ mỗi dải.

c) Cuộn từng dải xung quanh ngọn giáo. Đặt vào giỏ nồi chiên không khí. Nấu ở 180°C, trong 7 phút.

d) Phục vụ với một chút men balsamic.

40. thịt xông khói và trứng cắn

phục vụ 2

Thành phần:

- 3 quả trứng lớn (mỗi quả 51g)
- 2 muỗng canh (40g) kem
- 1 muỗng canh (7g) ớt chuông đỏ xắt nhỏ
- 1 muỗng canh (11g) hành tím thái nhỏ
- 1 muỗng canh (3,6g) cải bó xôi thái nhỏ
- 1 muỗng canh (20g) phô mai cheddar nạo
- 2 muỗng canh (50g) thịt xông khói vụn

Chỉ đường :

a) Đánh trứng và kem cho đến khi nhẹ và mịn.

b) Thêm các thành phần còn lại, mùa và đánh để kết hợp.

c) Đổ vào khuôn silicon 4 x 5cm.

d) Nấu ở 160°C, trong 7 phút.

e) Kiểm tra trung tâm của một cái bằng tăm. Khi rút tăm sạch là trứng đã chín.

41. trứng bơ nướng

phục vụ 2

Thành phần:

- 1 quả bơ (216g), cắt đôi, bỏ đá
- 2 quả trứng lớn (mỗi quả 51g)
- 1 muỗng canh (5g) hẹ xắt nhỏ

Chỉ đường :

a) Lót giấy nướng vào giỏ nồi chiên không khí.

b) Đặt nửa quả bơ vào giỏ nồi chiên không dầu.

c) Đập một quả trứng vào mỗi mùa và rắc hẹ.

d) Nấu ở 180°C, 5 phút đối với trứng mềm và 6 đến 7 phút đối với trứng cứng hơn.

42. Salami Roll-up chiên giòn

làm cho 12

Thành phần:

- 250g kem phô mai
- 2 muỗng canh (23g) bạch hoa, để ráo nước và thái nhỏ
- 1 muỗng canh (5g) húng quế thái nhỏ
- 12 khoanh xúc xích Hungary (276g)

Chỉ đường :

a) Trong một bát nhỏ, trộn pho mát kem, nụ bạch hoa và húng quế với nhau.

b) Nêm hạt tiêu nứt.

c) Đặt xúc xích Ý lên một bề mặt sạch sẽ và phết một thìa hỗn hợp lên trên mỗi miếng.

d) Cuộn tròn lại và đặt mặt có đường may xuống dưới vào giỏ nồi chiên không khí.

e) Nấu ở 180°C, trong 7 phút.

43. Nêm Haloumi đứng đầu Salsa

Máy chủ 4

Thành phần:

- ớt chuông nướng, ướp , xắt nhỏ
- 1 quả cà chua chín mọng, bỏ hạt và xắt nhỏ
- 6 quả ô liu Kalamata, xắt nhỏ (24g)
- 6 lá húng quế, xắt nhỏ (5g)
- Phô mai Haloumi khối 300g

Chỉ đường :

a) Kết hợp ớt chuông , cà chua, ô liu, húng quế và một muỗng cà phê dầu dành riêng trong một bát nhỏ. Nêm nếm gia vị và đặt sang một bên.

b) Cắt khối Haloumi thành các phần tư, sau đó chia đôi mỗi phần tư thành 8 hình nêm.

c) Chải từng cái với dầu dành riêng và đặt nó vào nồi chiên không dầu.

d) Nấu ở 180°C, trong 5 phút. Lật và nấu thêm 2 phút nữa hoặc cho đến khi vàng.

e) Phục vụ chất đống với salsa ngon lành cho tim.

44. Cà chua xanh rán

Máy chủ 4

Thành phần :

- 2 quả cà chua xanh, (3 quả nếu nhỏ hơn)
- muối và tiêu
- 1/2 chén bột mì đa dụng
- 2 quả trứng lớn
- 1/2 chén bơ sữa
- 1 chén bánh vụn Panko
- 1 chén bột ngô vàng

Hướng:

a) Cắt cà chua thành lát 1/4 inch. Lau khô bằng khăn giấy và nêm muối và hạt tiêu.
b) Cho bột vào đĩa nông hoặc đĩa bánh, hoặc để dễ làm sạch, hãy sử dụng đĩa giấy.
c) Đánh đều trứng và bơ sữa trong một cái bát hoặc đĩa nông.
d) Cho vụn Panko và bột ngô vào đĩa nông hoặc đĩa bánh, hoặc để dễ dọn dẹp, hãy sử dụng đĩa giấy.
e) Làm nóng nồi chiên không khí đến 400 độ.
f) Lăn các lát cà chua trong bột mì, nhúng vào hỗn hợp trứng, sau đó ấn hỗn hợp vụn panko vào cả hai mặt. Rắc thêm một chút muối lên chúng.

g) Xịt dầu vào giỏ nồi chiên không khí và đặt 4 lát cà chua vào giỏ. Xịt dầu lên ngọn. Chiên không khí trong 5 phút.
h) Lật cà chua lại, xịt dầu và chiên trong không khí thêm 3 phút nữa.
i) Ăn kèm sốt Comeback nếu muốn.

45. A i r-Táo tẩm gia vị chiên

Năng suất: 4 phần ăn

Thành phần

- 4 quả táo nhỏ, thái lát
- 2 muỗng canh ghee hoặc dầu dừa, tan chảy
- 2 muỗng canh đường
- 1 muỗng cà phê gia vị bánh táo

Chỉ đường :

a) Đặt những quả táo vào một cái bát. Rưới một lớp bơ trâu hoặc dầu dừa, rắc đường và gia vị bánh táo. Khuấy để phủ đều táo.

b) Đặt táo vào một cái chảo nhỏ dành cho nồi chiên không dầu rồi đặt vào trong rổ.

c) Đặt nồi chiên không dầu ở nhiệt độ 350° trong 10 phút. Đâm những quả táo bằng một cái nĩa để đảm bảo chúng mềm.

d) Nếu cần, hãy đặt lại vào nồi chiên không khí thêm 3-5 phút nữa.

e) Ăn với kem hoặc topping đánh bông.

46. Trứng cuộn bơ

năng suất: 4 PHỤC VỤ

Thành phần

- 2 quả bơ lớn
- 2 dải thịt xông khói, nấu chín và cắt nhỏ
- 1/4 củ hành tím, thái hạt lựu
- 2 tép tỏi, băm nhỏ
- 1 muỗng canh rau mùi, xắt nhỏ
- Vắt nửa quả chanh
- 1/2 thìa cà phê muối
- 1/4 muỗng cà phê tiêu đen (bỏ qua AIP)
- 4 bọc dừa
- Dầu bơ để chải các kết thúc tốt đẹp

Chỉ đường :

a) Nghiền bơ trong một bát vừa và kết hợp với thịt xông khói, hành tím, ngò, tỏi, muối, hạt tiêu và nước cốt chanh. Để qua một bên.

b) Thêm một phần tư nhân vào giữa mỗi bọc dừa, cẩn thận không đổ quá nhiều. Cuộn màng bọc thực phẩm bằng cách gấp mép dưới lên khoảng 1/3 chiều dài, sau đó gấp 2 góc lại và cuộn chặt cuộn trứng lại. Thêm một chút nước vào mép cuộn trứng để bịt kín. Lặp lại với mỗi trong số 4 bọc dừa.

c) Làm nóng nồi chiên không khí ở nhiệt độ 250 F và chuẩn bị các cuộn trứng bằng cách quét rất nhẹ bằng dầu bơ.

d) Đặt các cuộn trứng vào nồi chiên không khí và đặt chúng trong 4-5 phút .

e) Cẩn thận lấy ra khỏi nồi chiên không khí bằng kẹp.

f) Để nguội một chút trước khi dùng riêng hoặc ăn kèm như sốt kem chua hoặc sốt chanh ngò.

MÓN CHÍNH

47. cá tuyết nồi chiên không khí

Làm cho 2 phần ăn

Thành phần:

- 1/4 chén nước xốt salad Ý không béo
- 1/2 muỗng cà phê đường
- 1/8 muỗng cà phê muối
- 1/8 muỗng cà phê bột tỏi
- 1/8 muỗng cà phê bột cà ri
- 1/8 muỗng cà phê ớt bột
- 1/8 muỗng cà phê tiêu
- 2 miếng phi lê cá tuyết (mỗi miếng 6 ounce)
- 2 muỗng cà phê bơ

Chỉ đường :

a) Làm nóng nồi chiên không dầu ở nhiệt độ 370°. Trong một bát nông, trộn 7 thành phần đầu tiên; thêm cá tuyết, chuyển sang áo khoác. Để yên trong 10-15 phút.

b) Đặt miếng phi lê thành một lớp duy nhất trên khay đã bôi mỡ trong giỏ nồi chiên không dầu; loại bỏ nước xốt còn lại. Nấu cho đến khi cá bắt đầu dễ dàng bong ra bằng nĩa, 810 phút. Đầu với bơ.

48. Nồi chiên không khí thịt viên

Chuẩn bị: 30 phút. Nấu: 10 phút.

Làm cho 4 phần ăn

Thành phần:

- 1/2 chén phô mai Parmesan bào
- 1/2 chén phô mai mozzarella bào nhỏ
- 1 quả trứng lớn, đánh nhẹ
- 2 muỗng canh kem đánh bông nặng
- 1 tép tỏi, băm nhỏ
- 1 pound thịt bò nạc xay (90% nạc)

nước xốt:

- 1 lon (8 ounces) sốt cà chua với húng quế, tỏi và oregano
- 2 muỗng canh pesto đã chuẩn bị
- 1/4 cốc kem đánh bông nặng

Chỉ đường :

a) Làm nóng nồi chiên không dầu ở nhiệt độ 350°. Trong một bát lớn, kết hợp 5 thành phần đầu tiên. Thêm thịt bò; trộn nhẹ nhàng nhưng kỹ lưỡng. Định hình thành 11/2in. những quả bóng. Xếp thành một lớp trên khay đã bôi mỡ trong giỏ nồi chiên không dầu; nấu cho đến khi có màu nâu nhạt và chín trong 810 phút.

b) Trong khi đó, trong một cái chảo nhỏ, trộn các nguyên liệu nước sốt; nhiệt qua. Ăn kèm với thịt viên.

c) Tùy chọn đông lạnh: Làm đông lạnh thịt viên đã được làm mát trong hộp đựng của tủ đông. Để sử dụng, rã đông một phần trong tủ lạnh qua đêm. Làm nóng nồi chiên không dầu ở nhiệt độ 350°. Hâm nóng lại cho đến khi nóng qua, 35 phút. Làm nước sốt theo hướng dẫn.

49. Củ cải đường với cam Gremolata

Chuẩn bị: 25 phút. Nấu: 45 phút. + làm mát

Làm cho 12 phần ăn

Thành phần :

- 3 củ cải vàng tươi vừa (khoảng 1 pound)
- 3 củ cải tươi vừa (khoảng 1 pound)
- 2 muỗng canh nước cốt chanh
- 2 muỗng canh nước cam
- 1/2 muỗng cà phê muối biển mịn
- 1 muỗng canh mùi tây tươi băm nhỏ
- 1 muỗng canh cây xô thơm tươi băm nhỏ
- 1 tép tỏi, băm nhỏ
- 1 muỗng cà phê vỏ cam nạo
- 3 muỗng canh phô mai dê vụn
- 2 muỗng canh hạt hướng dương

Chỉ đường :

a) Làm nóng nồi chiên không dầu ở nhiệt độ 400°.

b) Chà củ cải đường và cắt ngọn 1 inch. Đặt củ cải đường lên một lớp giấy bạc dày gấp đôi (khoảng 24x12 inch). Gấp giấy bạc xung quanh củ cải đường, niêm phong chặt chẽ.

c) Xếp thành một lớp trên khay trong giỏ nồi chiên không dầu. Nấu cho đến khi mềm, 4555 phút. Mở giấy bạc cẩn thận để hơi nước thoát ra ngoài.

d) Khi đủ nguội để xử lý, gọt vỏ, bổ đôi và cắt lát củ cải đường; đặt trong một bát phục vụ. Thêm nước cốt chanh, nước cam và muối; ném để áo khoác. Kết hợp rau mùi tây, cây xô thơm, tỏi và vỏ cam; rắc lên củ cải đường. Phủ phô mai dê và hạt hướng dương lên trên. Phục vụ ấm hoặc ướp lạnh.

50. Cá hồi với rau bina Balsamic

Làm cho 4 phần ăn

Thành phần :

a) 3 muỗng cà phê dầu ô liu, chia

b) 4 miếng phi lê cá hồi (mỗi miếng 6 ounce)

c) 11/2 muỗng cà phê gia vị hải sản giảm natri

d) 1/4 muỗng cà phê tiêu

e) 1 tép tỏi, thái lát

f) Mảnh ớt đỏ nghiền nát Dash

g) 10 chén rau bina tươi (khoảng 10 ounce)

h) 6 quả cà chua nhỏ, bỏ hạt và cắt thành 1/2in. miếng

i) 1/2 chén giấm balsamic

Chỉ đường :

a) Làm nóng nồi chiên không dầu ở nhiệt độ 450°. Xoa 1 thìa dầu lên cả hai mặt cá hồi; rắc gia vị hải sản và hạt tiêu.

b) Nếu cần, theo mẻ, đặt cá hồi lên khay đã bôi mỡ trong giỏ nồi chiên không khí. Nấu cho đến khi cá bắt đầu bong ra dễ dàng bằng nĩa, 1012 phút.

c) Trong khi đó, cho phần dầu, tỏi và hạt tiêu còn lại vào hộp 6qt. kho dự trữ; đun ở lửa vừa-thấp cho đến khi tỏi mềm trong 34 phút. Tăng nhiệt lên mức trung bình cao.

d) Thêm rau bina; nấu và khuấy cho đến khi héo, 34 phút. Khuấy cà chua; nhiệt qua. Chia cho 4 món ăn.

e) Trong một cái chảo nhỏ, đun sôi giấm. Nấu cho đến khi giấm giảm một nửa, 23 phút. Ngay lập tức loại bỏ nhiệt.

f) Để phục vụ, đặt cá hồi lên hỗn hợp rau bina. Mưa phùn với men balsamic.

51. Tỏi-thảo mộc Fried Patty Pan Squash

Làm cho 4 phần ăn

Thành phần :

- 5 chén bí đao nhỏ giảm một nửa (khoảng 11/4 pounds)
- 1 muỗng canh dầu ô liu
- 2 tép tỏi, băm nhỏ
- 1/2 thìa cà phê muối
- 1/4 muỗng cà phê oregano khô
- 1/4 muỗng cà phê húng tây khô
- 1/4 muỗng cà phê tiêu
- 1 muỗng canh mùi tây tươi băm nhỏ

Chỉ đường :

a) Làm nóng nồi chiên không dầu ở nhiệt độ 375°. Đặt bí vào một cái bát lớn. Trộn dầu, tỏi, muối, oregano, húng tây và hạt tiêu; mưa phùn trên bí.

b) Toss để áo khoác. Đặt bí lên khay đã bôi mỡ trong giỏ nồi chiên không khí. Nấu cho đến khi mềm, 1015 phút, thỉnh thoảng khuấy.

c) Rắc mùi tây.

52. Nồi chiên không khí gà hạnh nhân

Làm cho 2 phần ăn

Thành phần :

- 1 trứng lớn
- 1/4 chén bơ sữa
- 1 muỗng cà phê muối tỏi
- 1/2 muỗng cà phê tiêu
- 1 chén hạnh nhân xắt nhỏ, thái nhỏ
- 2 nửa ức gà không da không xương (mỗi nửa 6 ounce)
- Tùy chọn: Nước xốt salad trang trại, sốt thịt nướng hoặc mù tạt mật ong

Chỉ đường :

a) Làm nóng nồi chiên không dầu ở nhiệt độ 350°. Trong một cái bát cạn, đánh trứng, bơ sữa, muối tỏi và hạt tiêu. Đặt hạnh nhân vào một bát nông khác. Nhúng gà vào hỗn hợp trứng, sau đó nhúng vào hạnh nhân, vỗ nhẹ để giúp lớp phủ bám dính.

b) Đặt gà thành một lớp trên khay đã bôi mỡ trong giỏ nồi chiên không dầu; xịt nước xịt nấu ăn.

c) Nấu cho đến khi nhiệt kế cắm vào gà đọc được ít nhất 165°, 1518 phút. Nếu muốn, hãy phục vụ với sốt trang trại, nước sốt thịt nướng hoặc mù tạt.

53. Scampi tôm

Khẩu phần: 4

Thành phần :

- 4 muỗng canh Bơ
- 1 thìa nước cốt chanh
- 1 muỗng canh (Tỏi bằm
- 2 muỗng cà phê hạt tiêu đỏ
- 1 muỗng canh hẹ xắt nhỏ
- 1 muỗng canh húng quế tươi xắt nhỏ
- 2 muỗng canh nước dùng gà
- 1 lb tôm sống

Chỉ đường :

a) Biến nồi chiên không khí của bạn thành 330F. Đặt chảo kim loại 6 x 3 vào đó và để chảo bắt đầu nóng trong khi bạn thu thập nguyên liệu.

b) Cho bơ, tỏi và ớt đỏ vào chảo 6 inch nóng.

c) Để nó nấu trong 2 phút, khuấy một lần, cho đến khi bơ tan chảy. Đừng bỏ qua bước này. Đây là thứ ngấm tỏi vào bơ, là thứ làm cho bơ có hương vị rất ngon.

d) Mở nồi chiên không khí, thêm bơ, nước cốt chanh, tỏi băm nhỏ, ớt đỏ mảnh, hẹ, húng quế, nước dùng gà và tôm vào chảo theo thứ tự được liệt kê, khuấy nhẹ.

e) Để tôm nấu trong 5 phút, khuấy một lần. Tại thời điểm này, bơ sẽ tan chảy và ở dạng lỏng, thấm đẫm gia vị cho tôm.

f) Trộn thật đều, lấy khuôn 6 inch ra bằng găng tay silicon và để yên trong 1 phút trên quầy. Bạn đang làm điều này để cho tôm nấu ở nhiệt độ còn lại, thay vì để tôm vô tình chín quá và bị nhão.

g) Khuấy vào cuối phút. Tôm nên được nấu chín kỹ vào thời điểm này.

h) Rắc thêm lá húng quế tươi và thưởng thức.

54. Gà nhồi Caprese nồi chiên không dầu

Năng suất: 23 phần ăn

Thành phần :

- 2 ức gà lớn không xương, không da
- 1 cà chua Roma, thái lát
- 1/4-pound mozzarella tươi, thái lát
- 6 lá húng quế tươi
- 1 muỗng canh gia vị Ý
- 1 muỗng cà phê muối
- 1/2 muỗng cà phê tiêu
- 1 muỗng cà phê dầu ô liu siêu nguyên chất
- 1 muỗng cà phê giấm balsamic (tùy chọn)
- Một chút muối và hạt tiêu

Chỉ đường :

a) Chuẩn bị gà nhồi Caprese: Cắt một túi rộng vào mặt dày của mỗi ức gà, cắt gần hết mặt còn lại nhưng không cắt hết. Mở gà bướm. Rưới đều gà với dầu và nêm muối và hạt tiêu.

b) Trên nửa bên phải của mỗi ức gà, xếp các lát mozzarella, lát cà chua và húng quế tươi.

c) Cẩn thận gấp mặt trái của miếng gà đã tẩm bơ qua mặt phải và dùng 24 que tăm bịt kín lại.

d) Nêm phần trên của mỗi ức với gia vị Ý và một chút muối và hạt tiêu.

e) Xịt bình xịt nấu ăn lên trên mỗi ức gà đã ướp gia vị

f) Làm nóng nồi chiên không khí ở nhiệt độ 350 độ F.

g) Lót giỏ bằng một lớp lót nồi chiên không khí hoặc giấy bạc. Thêm ức gà nhồi đã chuẩn bị.

h) Nấu 350 độ 2530 phút hoặc cho đến khi nhiệt độ bên trong gà đạt 165 độ F.

i) Rưới giấm balsamic trước khi dùng (nếu dùng).

55. Air Fasher Herbed Salmon

Khẩu phần: 2

Thành phần :

- 8 oz. Cá hồi phi lê cá hồi, tôi đã sử dụng hai phi lê cá hồi sizzle Fish Sockeye, 4oz
- 1 muỗng cà phê Herbes de Provence
- 1/4 muỗng cà phê muối biển cổ đại tự nhiên
- 1/4 muỗng cà phê tiêu đen
- 1/4 muỗng cà phê ớt bột hun khói
- 2 muỗng canh dầu ô liu
- 1 muỗng canh bơ dày dặn

Chỉ đường :

a) Lau khô miếng phi lê của bạn bằng khăn giấy và chạy nhẹ bề mặt để đảm bảo không còn xương

b) Rưới dầu ô liu lên cá và chà xát lên cả hai mặt của miếng dán

c) Trộn đều các gia vị và rắc lên cả hai mặt cá

d) Xoay nồi chiên không khí của bạn đến 390 độ và nấu trong 58 phút.

e) Đun chảy bơ đã tẩm gia vị trong 30 giây trong lò vi sóng và rưới lên cá trước khi ăn.

56. Bít tết nấm

Khẩu phần: 4

Thành phần :

- 4 nấm Portobello lớn
- 23 muỗng canh dầu ô liu
- 2 muỗng cà phê nước tương tamari
- 1 muỗng cà phê tỏi nhuyễn
- muối để hương vị

Chỉ đường :

a) Làm nóng nồi chiên không khí ở nhiệt độ 350F / 180C.

b) Làm sạch nấm bằng khăn ẩm hoặc bàn chải và loại bỏ cuống nấm.

c) Trộn dầu ô liu, nước tương tamari, tỏi xay nhuyễn và muối trong một cái bát.

d) Thêm nấm và trộn cho đến khi phủ. Bạn cũng có thể dùng cọ để phủ hỗn hợp lên nấm. Bạn có thể nấu ngay hoặc để nấm nghỉ 10 phút trước khi nấu.

e) Thêm nấm vào rổ nồi chiên không khí và nấu trong 810 phút.

f) Dọn món Nấm chiên không dầu tỏi với một ít rau xà lách.

57. Bát bít tết và rau

năng suất: 6

Thành phần :

- 2 miếng bít tết KC
- 1 chén ớt chuông đỏ, thái hạt lựu
- 1 chén ớt chuông xanh, thái hạt lựu
- 1 chén bí vàng, thái hạt lựu
- 1 chén nấm, thái lát
- 1/4 chén hành tây trắng, thái hạt lựu
- 1/2 muỗng canh gia vị bít tết
- Xịt nấu ăn dầu ô liu

Chỉ đường :

a) Cắt bít tết thành những miếng vuông nhỏ hơn.

b) Xịt giỏ của nồi chiên không khí.

c) Đặt bít tết và rau vào nồi chiên không dầu.

d) Rắc đều gia vị.

e) Xịt bằng bình xịt dầu ô liu.

f) Nấu trong 7 phút ở 390 độ.

g) Cẩn thận mở nắp và khuấy và trộn các thành phần, phủ thêm dầu ô liu.

h) Nấu thêm 8 phút ở 390 độ hoặc cho đến khi hoàn thành theo sở thích của bạn.

58. Nồi chiên không khí tôm và rau

năng suất: 4

Thành phần :

- Tôm nhỏ bóc vỏ và bỏ chỉ
- 1 Túi Rau Thập Cẩm Đông Lạnh
- 1 muỗng canh gia vị Cajun
- Phun dầu Olive
- Nấu cơm

Chỉ đường :

a) Thêm tôm và rau vào nồi chiên không khí của bạn.

b) Phủ gia vị Cajun lên trên và xịt một lớp sơn xịt đều.

c) Nấu ở 355 độ trong 10 phút.

d) Cẩn thận mở và trộn tôm và rau.

e) Tiếp tục nấu thêm 10 phút ở 355 độ.

f) Phục vụ trên cơm nấu chín.

59. Măng tây , Parmesan và Thịt lợn Crackle

Máy chủ 4

Thành phần :

- 2 bó măng tây tươi (mỗi bó 130g)
- 1 quả trứng lớn, đánh bông (51g)
- $\frac{1}{2}$ thìa cà phê (1g) bột tỏi
- $\frac{1}{2}$ cốc (12g) bì heo xay
- 2 muỗng canh (40g) Parmesan bào

Chỉ đường :

a) Lót nồi chiên không dầu bằng giấy nướng.

b) Trên một cái đĩa, kết hợp bột tỏi, vỏ heo nghiền và Parmesan. Nêm muối biển và tiêu xay.

c) Lăn ngọn măng tây trong nước rửa trứng, sau đó trong gia vị.

d) Đặt vào giỏ nồi chiên không khí. Nấu ở 180°C, trong 4 phút.

e) Xoay và nấu thêm 4 phút hoặc cho đến khi vàng và giòn.

60. cá hồi mù tạt ngọt

phục vụ 2

Thành phần :

- 2 miếng phi lê cá hồi lớn (440g)
- 1 thìa cà phê (4,6g) dầu ô liu
- 2 muỗng canh (46g) mù tạt nguyên hạt
- 1 muỗng canh (12g) Natvia
- 1 tép tỏi, nghiền nát (3g)
- $\frac{1}{2}$ thìa cà phê (1,3g) lá húng tây

Chỉ đường :

a) Trong một cái bát nhỏ, đánh đều tất cả các thành phần.

b) Trải cá hồi lên trên và nấu ở 180°C trong 12 phút.

61. Pesto Parmesan Lamb cốt lết

phục vụ 2

Thành phần :

- 4 cốt lết cừu (300g)
- 2 muỗng canh (46g) húng quế
- 2 muỗng canh (40g) Parmesan bào

Chỉ đường :

a) Làm nóng nồi chiên không dầu ở nhiệt độ 180°C trong 3 phút.

b) Đặt cốt lết cừu vào nồi chiên không khí.

c) Nấu ở 200°C, trong 5 phút.

d) Trộn sốt húng quế và phô mai Parmesan và nêm tiêu.

e) Xoay cốt lết và phủ hỗn hợp sốt pesto lên trên.

f) Nấu trong 7 phút.

g) Nghỉ ngơi trong 5 phút trước khi lấy ra để phục vụ.

62. Prosciutto và Pesto cốt lết

phục vụ 2

Thành phần :

a) 4 cốt lết cừu (216g)

b) 4 lát prosciutto (70g)

c) 2 muỗng canh (46g) húng quế

Chỉ đường :

a) Làm nóng nồi chiên không khí ở nhiệt độ 180°C trong 3 phút. Đặt cốt lết cừu vào nồi chiên không khí. Nấu ở 200°C, trong 5 phút.

b) Trong khi đó, đặt 4 dải prosciutto lên một bề mặt sạch. Sử dụng kẹp, loại bỏ các miếng cốt lết và đặt từng miếng lên một dải prosciutto. Nhúng mỗi miếng cốt lết với Basil Pesto, bọc bằng prosciutto.

c) Quay trở lại giỏ nồi chiên không khí và nấu ở 180°C trong 7 phút. Nghỉ ngơi trong 5 phút trước khi lấy ra để phục vụ.

63. Cá hồi nướng sốt Pesto

Phục vụ: 2

Thành phần

- 4 miếng phi lê cá hồi, dày 2 inch
- 2 ounces pesto xanh
- Muối và hạt tiêu đen
- $\frac{1}{2}$ muỗng canh dầu hạt cải, để bôi trơn

Nguyên liệu làm nước sốt xanh

- 11/2 chén sốt mayonaise
- 2 muỗng canh sữa chua Hy Lạp
- Muối và hạt tiêu đen, để hương vị

Hướng

a) Chà cá hồi với sốt pesto, muối, dầu và hạt tiêu đen.
b) Trong một cái bát nhỏ, trộn đều tất cả các thành phần nước sốt xanh.
c) Cho phi lê cá vào rổ.
d) Đặt chế độ AIR FRY trong 18 phút ở 390 độ F.
e) Sau khi nấu xong, hãy phục vụ nó với nước sốt xanh.

64. Nồi chiên không khí Gà Chimichangas

Thành phần

- 2 pound đùi gà không xương, không da, nấu chín và xé nhỏ
- 1 muỗng canh gia vị Taco
- 1 (8 ounces) Gói phô mai kem, làm mềm
- 2 chén Phô mai hỗn hợp Mexico cắt nhỏ
- 6 bánh ngô
- 1 muỗng canh dầu ô liu hoặc xịt dầu ô liu

Chỉ đường :

a) Làm nóng nồi chiên không khí đến 360 độ.

b) Xé nhỏ đùi gà.

c) Trộn thịt gà, phô mai kem, phô mai vụn và gia vị (nếu cần).

d) Múc khoảng $\frac{1}{2}$ chén hỗn hợp thịt gà vào giữa mỗi chiếc bánh tortilla bằng bột mì. Nhấn xuống.

e) Gấp tortilla lên trên phần nhân bằng cách gấp các mặt vào trong trước rồi cuộn chimichanga như một chiếc bánh burrito.

f) Chải dầu ô liu lên tất cả các mặt của mỗi chimichanga hoặc xịt đều dầu ô liu. Đặt vào giỏ nồi chiên không dầu với mặt đường may úp xuống.

g) Nấu trong nồi chiên không khí khoảng 4 phút trước khi lật và nấu thêm 4 đến 8 phút nữa.

h) Ăn kèm với bơ, thêm phô mai, kem chua, salsa hoặc các loại toppings yêu thích của bạn.

65. Mì Zucchini phô mai

năng suất: 2

Thành phần

- 4 chén mì zucchini
- 2 muỗng canh sốt mayonaise
- 1/2 chén phô mai parmesan, nạo
- Nêm muối và hạt tiêu đen (tùy chọn)

Chỉ đường :

a) Biến zucchini của bạn thành mì. Lò vi sóng trong 3 phút.

b) Lấy khăn giấy và cố gắng hút hết hơi ẩm có thể tích tụ trong bát và bí xanh.

c) Trộn mì zucchini, mayo và phô mai parmesan. Đảm bảo phủ đều mì.

d) Xịt giỏ nồi chiên không khí bằng bình xịt nấu ăn.

e) Đặt mì vào giỏ và nấu ở nhiệt độ 400°F trong 5-7 phút.

f) Kiểm tra sau 5 phút để đảm bảo chúng không quá nâu.

MÓN ĂN PHỤ

66. Rau mầm Brussels Balsamic và thịt xông khói

Khẩu phần: 4

Thành phần :

- $\frac{3}{4}$ đến 1 lb. Cải Brussels
- 1 muỗng cà phê dầu ô liu
- 1 muỗng cà phê giấm balsamic
- 2 lát thịt xông khói, không chứa nitrat
- 1 nhúm muối và hạt tiêu, để hương vị

Chỉ đường :

a) Trước tiên, rửa và cắt cải Brussels. Cắt bỏ phần cuối thân cứng và loại bỏ bất kỳ lá bị hư hỏng nào. Thấm khô chúng.

b) Làm nóng trước nồi chiên không dầu của bạn ở nhiệt độ 380°F. trong 3 phút

c) Trong một bát vừa, trộn với dầu và giấm balsamic.

d) Cắt lát thịt xông khói thành miếng một inch. Thêm mầm vào giỏ nồi chiên không khí và đặt các miếng thịt xông khói lên trên.

e) Chiên không khí trong 16 -18 phút, lắc giỏ ít nhất một lần trong khi nấu.

f) Kiểm tra độ chín bằng nĩa và thêm một hoặc hai phút nữa thời gian chiên nếu cần.

67. Củ cải nướng tỏi Parmesan

năng suất: 2 PHỤC VỤ

Thành phần :

- 12 oz. túi Củ cải, tỉa và giảm một nửa
- 1 muỗng canh (16g) dầu ô liu, chia
- 1 tép tỏi, nghiền nát
- Một nhúm muối Kosher
- 2 muỗng canh (15g) Parmesan bào
- 1/4 muỗng cà phê ớt đỏ và rau mùi tây

Chỉ đường :

a) Cắt đôi củ cải (một phần tư củ cải loại cực lớn) và trộn với 1/2 muỗng canh (8g) dầu ô liu. Thêm củ cải vào giỏ nồi chiên không khí và nấu trong 8 phút ở 400°F.

b) Trong cùng một bát, thêm 1/2 muỗng canh dầu ô liu còn lại, tỏi nghiền, muối, ớt đỏ và mảnh mùi tây. Khuấy mọi thứ lại với nhau.

c) Sau 8 phút trong nồi chiên không khí, cho củ cải trở lại bát với hỗn hợp dầu ô liu, trộn đều để phủ đều. Thêm phô mai parmesan bào và khuấy mọi thứ lại với nhau cho đến khi củ cải được phủ đều phô mai parmesan.

d) Đặt củ cải trở lại giỏ nồi chiên không dầu và nấu thêm 68 phút ở nhiệt độ 400°F cho đến khi có màu vàng nâu giòn.

68. Súp lơ nồi chiên Air F

Khẩu phần: 4

Thành phần :

- 3/4 muỗng canh nước sốt nóng
- 1 muỗng canh dầu bơ
- muối để hương vị
- 1 đầu súp lơ vừa cắt thành từng miếng rửa sạch và vỗ nhẹ cho khô hoàn toàn

Chỉ đường :

a) Làm nóng nồi chiên không khí ở nhiệt độ 400F / 200C

b) Trộn nước sốt nóng, bột hạnh nhân, dầu bơ và muối trong một bát lớn.

c) Thêm súp lơ và trộn cho đến khi tráng.

d) Cho một nửa bông súp lơ vào nồi chiên không khí và chiên trong 1215 phút (hoặc cho đến khi các cạnh vẫn còn giòn nhưng vẫn còn hơi cắn hoặc đạt độ chín mong muốn của bạn).

e) Đảm bảo mở nồi chiên không khí và lắc giỏ chiên 23 lần để lật súp lơ. Hủy bỏ và đặt sang một bên.

f) Cho mẻ thứ hai vào nhưng nấu ít hơn 23 phút .

g) Phục vụ ấm (mặc dù chúng cũng có thể được phục vụ lạnh) với một ít nước sốt nóng để chấm.

69. củ khoai tây chiên

Khẩu phần 4

Thành phần :

- 8 chén Jicama, bóc vỏ, xắt thành que diêm mỏng
- 2 muỗng canh Dầu ô liu
- 1/2 muỗng cà phê Bột tỏi
- 1 muỗng cà phê thì là
- 1 muỗng cà phê muối biển
- 1/4 muỗng cà phê Tiêu đen
- 1/2 chén phô mai Cheddar (thái nhỏ)
- 1/4 chén Hành lá (thái nhỏ)

Chỉ đường :

a) Đun sôi một nồi nước lớn trên bếp. Thêm khoai tây chiên và đun sôi trong 12 đến 15 phút, cho đến khi không còn giòn nữa.

b) Khi củ đậu không còn giòn nữa thì vớt ra, thấm khô.

c) Đặt lò nướng không khí ở nhiệt độ 400 độ và để lò nóng trước trong 2 đến 3 phút. Tra dầu vào các giá đỡ hoặc giỏ của nồi chiên không khí mà bạn sẽ sử dụng.

d) Đặt khoai tây chiên vào một bát lớn cùng với dầu ô liu, bột tỏi, thì là và muối biển. Toss để áo khoác.

70. rau kabobs

Khẩu phần: 6

Thành phần :

- 1 chén (75g) nấm mỡ
- 1 cốc (200g) cà chua nho
- 1 quả zucchini nhỏ cắt thành khối
- 1/2 muỗng cà phê thì là
- 1/2 quả ớt chuông thái lát
- 1 củ hành tây nhỏ cắt thành khối (hoặc 34 củ hẹ nhỏ, giảm một nửa)
- muối để hương vị

Chỉ đường :

a) Ngâm xiên trong nước ít nhất 10 phút trước khi sử dụng.

b) Làm nóng nồi chiên không dầu ở nhiệt độ 390F / 198C.

c) Xiên rau củ vào xiên.

d) Đặt các xiên vào nồi chiên không khí và đảm bảo chúng không chạm vào nhau. Nếu giỏ nồi chiên không khí nhỏ, bạn có thể phải cắt các đầu của xiên cho vừa.

e) Nấu trong 10 phút , lật nửa chừng thời gian nấu. Vì nhiệt độ của nồi chiên không khí có thể thay đổi, hãy bắt đầu với ít thời gian hơn và sau đó thêm nhiều hơn nếu cần.

f) Chuyển kabob chay vào đĩa và phục vụ.

71. mì spaghetti bí đỏ

Phục vụ: 2

Thành phần :

- 1 (2 lbs.) bí spaghetti
- 1 ly nước
- rau mùi để phục vụ
- 2 muỗng canh ngò tươi để trang trí

Chỉ đường :

a) Cắt bí làm đôi. Loại bỏ các hạt từ trung tâm của họ.
b) Đổ một cốc nước vào miếng chèn của Instant Pot và đặt trivet vào bên trong.
c) Sắp xếp hai nửa quả bí trên khay, với mặt da úp xuống.
d) Đậy chặt nắp và chọn "Manual" với áp suất cao trong 20 phút.
e) Sau tiếng bíp, nhả tự nhiên và tháo nắp.
f) Lấy bí ra và dùng hai chiếc nĩa để cắt nhỏ từ bên trong.
g) Ăn kèm với thịt lợn cay nếu cần.

72. Salad Quinoa dưa chuột

Máy chủ 4

Thành phần :

- $\frac{1}{2}$ chén quinoa, rửa sạch
- $\frac{3}{4}$ cốc nước
- $\frac{1}{4}$ muỗng cà phê muối
- $\frac{1}{2}$ củ cà rốt, gọt vỏ và bào sợi
- $\frac{1}{2}$ quả dưa chuột, xắt nhỏ
- $\frac{1}{2}$ chén edamame đông lạnh, rã đông
- 3 củ hành xanh, xắt nhỏ
- 1 chén bắp cải đỏ thái nhỏ
- $\frac{1}{2}$ muỗng canh nước tương
- 1 muỗng canh nước cốt chanh
- 2 muỗng canh đường
- 1 muỗng canh dầu thực vật
- 1 muỗng canh gừng tươi nạo
- 1 muỗng canh dầu mè
- một nhúm mảnh ớt đỏ
- $\frac{1}{2}$ chén đậu phộng, xắt nhỏ
- $\frac{1}{4}$ chén rau mùi tươi xắt nhỏ
- 2 muỗng canh húng quế xắt nhỏ

Chỉ đường :

a) Thêm quinoa, muối và nước vào Instant Pot.

b) Đậy chặt nắp và chọn chức năng "Manual" với áp suất cao trong 1 phút.

c) Sau tiếng bíp, nhả nhanh và tháo nắp.

d) Trong khi đó, thêm các thành phần còn lại vào một cái bát và trộn đều.

e) Thêm quinoa đã nấu chín vào hỗn hợp đã chuẩn bị và trộn đều.

f) Phục vụ như một món salad.

73. Rau mầm Brussels tráng men bằng phong

Máy chủ 4

Thành phần :

- 1 lb cải Brussels (cắt tỉa)
- 2 muỗng canh nước cam tươi vắt
- ½ thìa cà phê vỏ cam nạo
- ½ thìa bơ phết Earth Balance
- 1 muỗng canh xi-rô phong
- Muối và hạt tiêu đen để nếm

Chỉ đường :

a) Thêm tất cả nguyên liệu vào Instant Pot.

b) Đậy chặt nắp và chọn chức năng "Manual" trong 4 phút với áp suất cao.

c) Tháo nhanh sau tiếng bíp, sau đó tháo nắp.

d) Khuấy đều và dùng ngay.

74. khoai tây vôi

Phục vụ: 2

Thành phần :

- $\frac{1}{2}$ muỗng canh dầu ô liu
- 2 $\frac{1}{2}$ củ khoai tây vừa, chà sạch và thái khối
- 1 muỗng canh hương thảo tươi, xắt nhỏ
- Hạt tiêu đen mới xay để nếm
- $\frac{1}{2}$ chén nước luộc rau
- 1 muỗng canh nước cốt chanh tươi

Chỉ đường :

a) Cho dầu, khoai tây, hạt tiêu và lá hương thảo vào Instant Pot.
b) "Xào" trong 4 phút với việc khuấy liên tục.
c) Thêm tất cả các nguyên liệu còn lại vào Instant Pot.
d) Đóng chặt nắp và chọn chức năng "Thủ công" trong 6 phút với áp suất cao.
e) Tháo nhanh sau tiếng bíp rồi tháo nắp.
f) Khuấy nhẹ và dùng nóng.

75. Hỗn hợp cải Brussels và cà chua

Máy chủ 4

Thành phần :

- 1 lb cải Brussels; cắt tỉa
- 6 quả cà chua bi; giảm một nửa
- 1/4 chén hành lá; băm nhỏ.
- 1 muỗng canh dầu ô liu
- Muối và hạt tiêu đen để hương vị

Chỉ đường :

a) Ướp cải Brussels với muối và hạt tiêu, cho vào nồi chiên không dầu và nấu ở nhiệt độ 350 °F trong 10 phút

b) Chuyển chúng vào một cái bát, thêm muối, hạt tiêu, cà chua bi, hành lá và dầu ô liu, đảo đều và dùng.

76. củ cải băm

Máy chủ 4

Thành phần :

- 1/2 muỗng cà phê bột hành
- 1/3 cốc phô mai parmesan; nạo
- 4 quả trứng
- 1 lb củ cải; cắt lát
- 1/2 muỗng cà phê bột tỏi
- Muối và hạt tiêu đen để hương vị

Chỉ đường :

a) Trong một cái bát; trộn củ cải với muối, hạt tiêu, bột hành và tỏi, trứng và phô mai parmesan, khuấy đều

b) Chuyển củ cải vào chảo phù hợp với nồi chiên không dầu của bạn và nấu ở nhiệt độ 350

c) ° F, trong 7 phút

d) Chia băm giữa các đĩa và phục vụ.

77. Nấm với các loại thảo mộc và kem

Phục vụ: 4

Thành phần :

- 1 pound nấm các loại, rửa sạch và thái nhỏ
- 2 muỗng canh nước tương không đường
- Muối và hạt tiêu cho vừa ăn
- 1 muỗng canh dầu ô liu
- 2 muỗng canh mùi tây tươi xắt nhỏ để phục vụ
- 2 muỗng canh kem chua để phục vụ

Chỉ đường :

a) Air Fryer của bạn ở 180 độ F
b) Đặt tất cả các thành phần trong túi chân không.
c) Đậy kín túi, cho vào chậu nước và hẹn giờ trong 30 phút.
d) Khi thời gian kết thúc, phục vụ ngay lập tức với kem chua và rau mùi tây xắt nhỏ.

78. **Măng tây**

Phục vụ: 4

Thành phần :

- măng tây 1 pound
- 1 tép tỏi, băm nhỏ
- 1 muỗng canh dầu ô liu
- Nước cốt của 1/2 quả chanh
- Muối và hạt tiêu cho vừa ăn

Chỉ đường :

a) Làm nóng máy Nồi chiên không dầu của bạn ở nhiệt độ 135 độ F

b) Đặt tất cả các thành phần trong túi chân không.

c) Đậy kín túi, cho vào nồi cách thủy và hẹn giờ trong 1 giờ.

d) Khi thời gian kết thúc, phục vụ ngay lập tức như một món ăn phụ hoặc món khai vị.

79. **cà rốt bơ**

Phục vụ: 4

Thành phần :

- 1 pound cà rốt nhỏ, gọt vỏ
- 2 muỗng canh bơ
- Muối và hạt tiêu cho vừa ăn
- 1 muỗng canh đường nâu

Chỉ đường :

a) Air Fryer của bạn ở 185 độ F
b) Đặt tất cả các thành phần trong túi chân không.
c) Đậy kín túi, cho vào nồi cách thủy và hẹn giờ trong 1 giờ.
d) Khi thời gian kết thúc, phục vụ ngay lập tức như một món ăn phụ hoặc món khai vị.

80. cà tím kiểu châu Á

Phục vụ: 4

Thành phần :

- 1 pound cà tím, thái lát
- 2 muỗng canh nước tương không đường
- 6 muỗng canh dầu mè
- 1 muỗng canh hạt vừng để phục vụ
- Muối và hạt tiêu cho vừa ăn

Chỉ đường :

a) Air Fryer của bạn ở 185 độ F

b) Đặt tất cả các thành phần trong túi chân không.

c) Đậy kín túi, cho vào nồi cách thủy và hẹn giờ trong 50 phút.

d) Khi hết thời gian, làm nâu cà tím trong chảo gang trong vài phút.

e) Phục vụ ngay lập tức rắc hạt vừng.

81. **ngô bơ trên lõi ngô**

Phục vụ: 4

Thành phần :

- 4 bắp ngô, rửa sạch và cắt nhỏ
- 2 muỗng canh bơ
- muối để hương vị
- 2-3 nhánh mùi tây

Chỉ đường :

a) Air Fryer của bạn ở 185 độ F
b) Đặt tai ngô vào túi chân không và thêm bơ, muối và rau mùi tây.
c) Đậy kín túi, cho vào nồi cách thủy và hẹn giờ trong 30 phút.
d) Khi hết thời gian, loại bỏ nhánh rau mùi tây và phục vụ ngô.

82. Đậu xanh cay kiểu Trung Quốc

Phục vụ: 4

Thành phần :

- 1 pound đậu xanh dài
- 2 muỗng canh tương ớt
- 2 tép tỏi, băm nhỏ
- 1 muỗng canh bột hành
- 1 muỗng canh dầu mè
- muối để hương vị
- 2 muỗng canh hạt vừng để phục vụ

Chỉ đường :

a) Air Fries của bạn ở 185 độ F.

b) Đặt các thành phần trong túi chân không.

c) Đậy kín túi, cho vào nồi cách thủy và hẹn giờ trong 1 giờ.

d) Rắc đậu với hạt vừng và phục vụ.

83. Hỗn hợp cà tím và bí xanh

Máy chủ 4

Thành phần :

- 1 quả cà tím; đại khái
- 3 quả bí xanh; đại khái
- 2 muỗng canh nước cốt chanh
- 1 thìa cà phê húng tây; khô
- Muối và hạt tiêu đen để hương vị
- 1 thìa cà phê rau kinh giới; khô
- 3 muỗng canh dầu ô liu

Chỉ đường :

a) Cho cà tím vào đĩa phù hợp với nồi chiên không khí của bạn, thêm bí xanh, nước cốt chanh, muối, hạt tiêu, cỏ xạ hương, lá oregano và dầu ô liu, đảo đều, cho vào nồi chiên không khí và nấu ở nhiệt độ 360 ° F trong 8 phút

b) Chia giữa các đĩa và phục vụ ngay.

84. cải ngọt luộc

Phục vụ: 2

Thành phần :

- 1 tép tỏi, đập dập
- 1 bó bok choy, tỉa
- 1 cốc nước trở lên
- Muối và hạt tiêu cho vừa ăn

Chỉ đường :

a) Thêm nước, tỏi và cải ngọt vào Instant Pot.
b) Đậy nắp kỹ và chọn chức năng "Manual" trong 7 phút với áp suất cao.
c) Sau tiếng bíp, nhả nhanh và tháo nắp.
d) Lọc bok choy đã nấu chín và chuyển nó vào đĩa.
e) Rắc chút muối và hạt tiêu lên trên.
f) Phục vụ.

85. Air Fasher cà tím khoai tây chiên

PHỤC VỤ: 2

Thành phần

- 2 quả cà tím non
- 2 quả trứng lớn
- 1 chén thịt lợn panko
- ¼ chén phô mai Parmesan nạo
- 1 muỗng cà phê bột tỏi
- 1 muỗng cà phê mùi tây khô
- ½ muỗng cà phê oregano khô
- ½ muỗng cà phê húng quế khô
- ¼ muỗng cà phê cỏ xạ hương khô
- ¼ muỗng cà phê hương thảo khô
- 2 muỗng cà phê phô mai Parmesan bào
- sốt marinara hâm nóng (để chấm)

Chỉ đường :

a) Cắt cuống và đầu hoa của cà tím. Gọt vỏ màu tím từ cà tím.

b) Cắt cà tím đã bóc vỏ thành những lát dày $\frac{1}{2}$ inch (1,27 cm) dài khoảng 4-4$\frac{1}{2}$ inch (10-11 cm). Cố gắng làm cho tất cả chúng có cùng kích thước để nấu chín đều hơn. Cắt que cà tím dày hơn hoặc mỏng hơn sẽ làm thay đổi thời gian chiên không khí.

c) Đánh hai quả trứng trong một cái bát cỡ vừa.

d) Trong bát thứ hai, khuấy đều panko thịt lợn, $\frac{1}{4}$ cốc phô mai Parmesan, bột tỏi, rau mùi tây, lá oregano, húng quế, húng tây và hương thảo.

e) Nhúng từng miếng cà tím chiên vào trứng rồi tráng qua hỗn hợp panko thịt lợn. Xếp khoai tây chiên thành một lớp không chạm vào khay nồi chiên không dầu của bạn. Che tất cả các khoai tây chiên.

f) Mẹo: Đừng để đầy khoai tây chiên trên các khay của nồi chiên không dầu! Nấu chúng thành nhiều mẻ nếu cần.

g) Cho khoai tây chiên phô mai parmesan cà tím vào nồi chiên không khí trong 5 phút ở nhiệt độ 375°F (190°C). Sau đó chuyển vị trí của các khay trong lò nồi chiên không khí và nấu thêm 5 phút ở nhiệt độ 375°F (190°C). Bạn không cần phải lật khoai tây chiên.

h) Nếu cà tím chiên không đủ mềm ở giữa vào thời điểm này, hãy chuyển vị trí của các khay nồi chiên không khí một lần nữa. Chiên chúng trong không khí thêm 2-3 phút nữa ở nhiệt độ 375°F (190°C).

i) Rắc cà tím chiên với 2 muỗng cà phê Parmesan còn lại. Để chúng nguội một chút trước khi dùng với nước sốt marinara ấm.

86. Nồi chiên không khí Kohlrabi khoai tây chiên

NĂNG SUẤT: 6

Thành phần

- 1 lb. Dầu ô liu nguyên chất
- 2 muỗng canh muối Kosher thô
- 1 muỗng cà phê ớt bột
- 1 muỗng cà phê Bột tỏi
- ½ thìa cà phê

Chỉ đường :

a) Sử dụng một con dao đầu bếp sắc bén để cắt lá từ củ su hào.

b) Cắt lớp vỏ cứng bên ngoài khỏi gốc.

c) Sau khi gọt vỏ, nên cắt củ thành những viên tròn ¼ inch và sau đó cắt thành những lát julienne dày ¼ inch.

d) Đặt các dải julienne vào một bát trộn lớn.

e) Thêm phần còn lại của các thành phần và quăng tốt. Thêm một nửa số khoai tây chiên vào giỏ nồi chiên không dầu và nấu ở nhiệt độ 350 F trong 10 phút.

f) Lắc giỏ và sau đó nấu ở nhiệt độ cao hơn trong thời gian ngắn hơn, tức là 6 phút ở 400 F.

g) Lặp lại với các khoai tây chiên còn lại.

h) Nếm khoai tây chiên thêm muối nếu muốn. Ăn kèm sốt cà chua.

MÓN TRÁNG MIỆNG

87. bánh quy sô cô la

khẩu phần ăn 12 bánh quy

Thành phần :

- ½ chén bơ
- ⅓ chén kem phô mai
- 1 quả trứng đánh tan
- 1 muỗng cà phê chiết xuất vani
- ⅓ cốc erythritol
- ½ chén bột dừa
- ⅓ cốc sô cô la chip không đường

Chỉ đường :

a) Làm nóng nồi chiên không dầu ở nhiệt độ 350°F. Lót giấy nến vào giỏ nồi chiên không khí và đặt bánh quy vào bên trong

b) Trong một bát trộn bơ và pho mát kem. Thêm chiết xuất erythritol và vani và đánh cho đến khi mịn. Thêm trứng và đánh cho đến khi kết hợp.

Trộn bột dừa và chocolate chip. Để bột nghỉ 10 phút.

c) Múc khoảng 1 muỗng canh bột và tạo hình bánh quy.

d) Đặt bánh quy vào giỏ nồi chiên không khí và nấu trong 6 phút.

88. Brownies nồi chiên không khí

năng suất: 2 PHỤC VỤ

Thành phần :

- 1/3 chén bột hạnh nhân
- 3 muỗng canh bột ngọt
- 1/2 muỗng cà phê Bột nở
- 2 muỗng canh bột ca cao không đường
- 1 quả trứng
- 4 muỗng canh bơ, tan chảy
- 2 muỗng canh sô cô la chip
- 2 muỗng canh hồ đào, xắt nhỏ

Chỉ đường :

a) Làm nóng nồi chiên không khí ở nhiệt độ 350 độ.

b) Trong một bát trộn, khuấy đều bột hạnh nhân, bột nở, bột ca cao và chất làm ngọt dạng bột.

c) Thêm trứng và bơ tan chảy vào các nguyên liệu khô, đánh ở tốc độ cao cho đến khi mịn.

d) Khuấy hồ đào và sô cô la chip.

e) Tách bột thành hai ramekins bôi mỡ riêng biệt.

f) Nấu bánh trong 10 phút càng xa nguồn nhiệt ở trên cùng của nồi chiên không khí càng tốt.

89. Bánh phô mai Berry

Y : 8

Thành phần :

- 2 khối pho mát kem, làm mềm
- 1 chén + 2 muỗng canh chất làm ngọt bánh kẹo
- 2 quả trứng
- 1 muỗng cà phê chiết xuất quả mâm xôi
- 1 chén quả mọng

Chỉ đường :

a) Trong một bát trộn lớn, đánh kem phô mai và chất làm ngọt Swerve cho đến khi có màu kem đẹp mắt.

b) Thêm vào trứng và chiết xuất quả mâm xôi. Trộn đều.

c) Trong máy xay sinh tố hoặc máy xay thực phẩm, nghiền nát quả mọng rồi trộn chúng vào hỗn hợp bánh pho mát cùng với 2 thìa Swerve bổ sung.

d) Bôi trơn một cái chảo dạng lò xo và sau đó dùng thìa cho hỗn hợp vào. Tôi đã sử dụng chảo dạng lò xo 7 inch.

e) Đặt chảo vào giỏ của nồi chiên không dầu và nấu ở nhiệt độ 300°F trong 10 phút. Sau đó hạ nhiệt độ xuống 250°F trong 40 phút. Bạn biết nó đã hoàn thành khi bạn lắc nhẹ chảo và mọi thứ dường như đã ổn định nhưng phần giữa lắc lư một chút.

f) Lấy nó ra và để nguội một chút trước khi cho vào tủ lạnh. Giữ nó trong tủ lạnh trong 24 giờ. Càng để nó thiết lập hoàn toàn càng tốt.

90. Bánh rán trong nồi chiên không khí

Máy chủ 6

Thành phần :

- 1 $\frac{1}{4}$ chén bột hạnh nhân 125 gram
- ⅓ cốc erythritol dạng hạt 60 gram
- 1 muỗng cà phê bột nở
- $\frac{1}{4}$ muỗng cà phê kẹo cao su xanthan
- $\frac{1}{8}$ muỗng cà phê muối
- 2 quả trứng ở nhiệt độ phòng
- 2 muỗng canh dầu dừa đun chảy
- 2 muỗng canh sữa hạnh nhân không đường
- $\frac{1}{2}$ muỗng cà phê chiết xuất vani
- $\frac{1}{4}$ muỗng cà phê stevia lỏng
- đường phủ quế
- 4 muỗng canh erythritol dạng hạt
- 1 $\frac{1}{2}$ muỗng cà phê quế

Chỉ đường :

a) Trong một bát lớn, trộn đều bột hạnh nhân, erythritol, bột nở, kẹo cao su xanthan và muối.

b) Trong một bát vừa, đánh nhẹ trứng ở nhiệt độ phòng. Đánh đều dầu dừa tan chảy, sữa hạnh nhân, vani và stevia lỏng. Đổ hỗn hợp vào bát với các nguyên liệu khô và khuấy đều.

c) Làm nóng nồi chiên không dầu ở nhiệt độ 330°F trong 3 phút. Xịt chảo hoặc khuôn bánh rán bằng dầu bơ.

d) Cho bột vào sáu khoang bánh rán 3 inch, đổ đầy khoảng 3/4. Gõ chảo xuống quầy để bột lắng xuống và giảm bọt khí.

e) Nướng bánh rán trong nồi chiên không khí ở 330°F trong 8 phút. Kiểm tra bằng tăm xem có chín không.

f) Lấy bánh rán ra khỏi nồi chiên không khí và để nguội trong chảo trong 5 phút. Trong khi đó, trộn erythritol và quế trong một cái bát.

g) Sau thời gian để nguội, cẩn thận lấy bánh rán ra khỏi chảo và phủ hỗn hợp đường quế lên cả hai mặt của từng chiếc bánh rán.

h) Đặt bánh rán đã phủ bột vào nồi chiên không dầu với mặt phẳng hơn úp xuống. Nướng ở nhiệt độ 350°F trong 2 phút và phủ ngay một lớp đường quế lần cuối. Thưởng thức!

91. Bánh kem dâu vani

Máy chủ 6

Thành phần :

- 1 chén (100g) bột hạnh nhân
- $\frac{1}{2}$ cốc (75g) Natvia
- 1 thìa cà phê (5g) bột nở
- 2 muỗng canh (40g) dầu dừa
- 2 quả trứng lớn (mỗi quả 51g)
- 1 muỗng cà phê (5g) chiết xuất vani
- 300ml kem lạnh
- 200g dâu tươi chín

Chỉ đường :

a) Làm nóng nồi chiên không dầu ở nhiệt độ 180°C trong 3 phút.

b) Trong một bát lớn, trộn bột hạnh nhân, Natvia và bột nở với một chút muối biển.

c) Thêm dầu dừa, trứng và vani và khuấy đều để kết hợp.

d) Phết nhẹ khuôn bánh 16 cm với dầu dừa.

e) Dùng thìa múc hỗn hợp vào khuôn bánh.

f) Cho vào giỏ nồi chiên không dầu và phủ một lớp giấy bạc.

g) Nấu ở 160°C, trong 20 phút.

h) Lấy giấy bạc ra và nấu thêm 10 phút nữa hoặc cho đến khi que xiên vào lấy ra sạch.

i) Khi nguội, đánh kem lạnh bằng máy đánh trứng trong 5 phút hoặc cho đến khi hình thành các đỉnh cứng.

j) Trải đều mặt bánh và xếp dâu tây đã cắt lát lên trên.

k) Bắt đầu từ bên ngoài, sử dụng các lát lớn hơn (mặt nhọn hướng ra ngoài) dần dần đi vào trong.

l) Chồng chéo từng lớp để tạo chiều cao.

-

92. Berry Cobbler

Máy chủ 4

Thành phần :

- 2 cốc (250g) quả việt quất đông lạnh, rã đông
- ½ cốc (120g) bơ mềm
- ¼ cốc (38g) Natvia
- 2 quả trứng (mỗi quả 51g)
- ½ cốc (50g) bột hạnh nhân
- 1 muỗng cà phê (5g) chiết xuất vani

Chỉ đường :

a) Làm nóng nồi chiên không dầu ở nhiệt độ 180°C trong 3 phút.

b) Đặt quả việt quất đã rã đông vào đáy đĩa sứ 8 x 8 cm hoặc hộp thiếc.

c) Trong một cái bát, trộn các nguyên liệu còn lại với một chút muối biển và phủ lên trên quả việt quất.

d) Chọc nhẹ để trộn nhẹ hỗn hợp quả mọng và hạnh nhân.

e) Đặt đĩa vào nồi chiên không khí.

f) Bọc bằng giấy bạc.

g) Nướng ở 180°C, trong 10 phút. Lấy giấy bạc ra và nướng thêm 5 phút nữa hoặc cho đến khi chín vàng đều.

93. Bánh sô cô la Bundt

Máy chủ 6

Thành phần :

- 1 ½ chén (150g) bột hạnh nhân
- ½ cốc (75g) Natvia
- ⅓ cốc (30g) bột ca cao không đường
- 1 thìa cà phê (5g) bột nở
- ⅓ cốc (85g) sữa hạnh nhân không đường
- 2 quả trứng lớn (mỗi quả 51g)
- 1 muỗng cà phê (5g) chiết xuất vani

Chỉ đường :

a) Làm nóng nồi chiên không dầu ở nhiệt độ 180°C trong 3 phút.

b) Trong một bát trộn lớn, khuấy tất cả các thành phần cho đến khi kết hợp tốt.

c) Xịt một hộp thiếc Bundt nhỏ bằng dầu. Lưu ý: Hộp đựng bánh bông lan có nhiều kích cỡ khác nhau, kích cỡ bạn cần sẽ phụ thuộc vào kích cỡ nồi chiên không khí của bạn. Xịt nhẹ dầu hoặc cọ bằng bơ tan chảy sẽ chống dính .

d) Múc bột vào khuôn.

e) Đặt vào giỏ nồi chiên không khí và nấu ở 160°C, trong 10 phút.

f) Làm mát trong 5 phút trước khi loại bỏ.

94. Bánh quy PB khổng lồ

Máy chủ 4

Thành phần :

- ⅓ cốc (33g) bột hạnh nhân
- 2 muỗng canh (24g) Natvia
- 1 quả trứng lớn (51g)
- 3 muỗng canh (75g) bơ đậu phộng giòn
- 1 thìa cà phê (3g) quế

Chỉ đường :

a) Làm nóng nồi chiên không dầu ở nhiệt độ 180°C trong 3 phút.

b) Cho tất cả nguyên liệu vào tô cùng với một chút muối biển và trộn đều.

c) Múc hỗn hợp ra khuôn tròn và ấn nhẹ để dàn đều, sao cho độ dày của hỗn hợp càng đều càng tốt.

d) Nấu ở 180°C, trong 8 phút.

95. Bánh mì chiên không khí

làm cho 4

Thành phần :

- 1 chén (100g) bột hạnh nhân
- $\frac{1}{2}$ thìa cà phê (2,3g) bột nở
- $\frac{1}{4}$ cốc (75g) phô mai mozzarella cắt nhỏ
- 1 muỗng canh (20g) cream cheese
- 1 quả trứng lớn (51g)

Chỉ đường :

a) Làm nóng nồi chiên không dầu ở nhiệt độ 180°C trong 3 phút.

b) Trộn bột hạnh nhân và bột nở. Nêm một chút muối.

c) Đun chảy phô mai mozzarella và kem trong bát trong lò vi sóng trong 30 giây.

d) Để nguội, sau đó thêm trứng. Khuấy để kết hợp.

e) Thêm bột hạnh nhân và nhào nó thành bột.

f) Chia thành 4 phần bằng nhau, cuộn thành xúc xích dài 8cm.

g) Chụm các đầu lại với nhau để tạo hình bánh rán.

h) Đặt trên giấy nướng.

i) Nướng ở 160°C, trong 10 phút.

96. bánh pudding

Phục vụ: 2

Thành phần

- Bình xịt chống dính, để bôi mỡ ramekins
- 2 lát bánh mì trắng, vụn
- 4 muỗng canh đường trắng
- 5 quả trứng lớn
- ½ cốc kem
- Muối, nhúm
- 1/3 muỗng cà phê bột quế

Hướng

a) Lấy một cái bát và đánh trứng trong đó.
b) Thêm đường và muối vào trứng và đánh đều.
c) Sau đó thêm kem và sử dụng máy đánh tay để kết hợp toàn bộ thành phần.
d) Bây giờ thêm quế và thêm vụn bánh mì.
e) Trộn đều và cho vào khay nướng hình tròn.
f) Đặt nó bên trong nồi chiên không khí.
g) Đặt nó ở chế độ AIRFRY ở 350 độ F trong 8-12 phút.
h) Sau khi nó được nấu chín, phục vụ.

97. Bánh kem và dâu nhỏ

Phục vụ: 2

Thành phần

- 1 hộp Bột làm bánh mua tại cửa hàng, Trader Joe's
- 1 cốc dâu tây, hình khối
- 3 muỗng canh kem, nặng
- 2 muỗng canh hạnh nhân
- 1 lòng trắng trứng, để đánh răng

Chỉ đường :

a) Lấy bột bánh nướng mua ở cửa hàng và ấn phẳng nó trên một bề mặt.
b) Sử dụng máy cắt tròn để cắt nó thành các hình tròn 3 inch.
c) Quét bột bằng lòng trắng trứng xung quanh các thông số.
d) Bây giờ, thêm hạnh nhân, dâu tây và kem với một lượng rất nhỏ vào giữa bột và phủ một hình tròn khác lên trên.
e) Nhấn các cạnh bằng nĩa để niêm phong nó.
f) Rạch một đường ở giữa miếng bột rồi cho vào rổ.
g) Đặt nó ở chế độ AIR FRY 360 độ trong 10 phút.
h) Sau khi hoàn thành, phục vụ.

98. Dứa nướng Brazil

Khẩu phần: 4

Thành phần

- 1 quả dứa, gọt vỏ, bỏ lõi và cắt thành giáo
- 1/2 cốc (110 g) Đường Nâu
- 2 muỗng cà phê bột quế
- 3 muỗng canh bơ tan chảy

Chỉ đường :

a) Trong một bát nhỏ, trộn đường nâu và quế.

b) Chải ngọn dứa với bơ tan chảy. Rắc đường quế lên xiên, ấn nhẹ để đường bám đều.

c) Đặt xiên vào giỏ nồi chiên không khí thành một lớp. Tùy thuộc vào kích thước của nồi chiên không khí, bạn có thể phải thực hiện việc này theo đợt.

d) Đặt nồi chiên ở nhiệt độ 400°F trong 10 phút cho mẻ đầu tiên (6-8 phút cho mẻ tiếp theo vì nồi chiên không khí của bạn sẽ được làm nóng trước). Nửa chừng, chải với bất kỳ bơ còn lại.

e) Dứa chín khi được đun nóng và đường nổi bọt.

99. Chuối quế cốt dừa

Thành phần

- 4 quả chuối chín nhưng chắc
- ½ chén bột năng
- 2 quả trứng lớn
- 1 cốc dừa vụn
- 1 muỗng cà phê bột quế
- xịt dừa

Chỉ đường :

a) Cắt mỗi quả chuối thành ba phần

b) Tạo một dây chuyền lắp ráp:

c) Đổ bột sắn vào một cái đĩa nông.

d) Đập trứng vào một bát nông khác và đánh nhẹ.

e) Kết hợp dừa vụn và quế xay trong đĩa cạn thứ ba. Trộn đều.

f) Nhúng chuối vào bột năng và rũ bỏ phần thừa.

g) Nhúng chuối vào trứng đã đánh. Hãy chắc chắn rằng nó được phủ hoàn toàn trong nước rửa trứng.

h) Lăn chuối trong lớp vỏ quế-dừa để bao phủ hoàn toàn chúng. Nhấn mạnh để đảm bảo dừa nạo bám vào chuối. Giữ chúng trong khay phẳng.

i) Xịt đều dầu dừa vào giỏ Nồi chiên không dầu.

j) Xếp các miếng chuối phủ dừa vào rổ chiên. Xịt thêm nước cốt dừa.

k) Chiên không khí ở 270F trong 12 phút.

l) Rắc bột quế và phục vụ ấm hoặc ở nhiệt độ phòng với một·muỗng kem (tùy chọn).

100. bánh dừa dễ dàng

Năng suất: 6-8

Thành phần

- 2 quả trứng
- 1 1/2 cốc sữa
- 1/4 chén bơ
- 1 1/2 muỗng cà phê chiết xuất vani
- 1 chén dừa vụn
- 1/2 chén trái cây Monk
- 1/2 chén bột dừa

Chỉ đường :

a) Phủ một tấm bánh 6 inch bằng bình xịt chống dính và đổ đầy bột vào đó. Tiếp tục làm theo các hướng dẫn tương tự như trên.

b) Nấu trong Nồi chiên không khí ở 350 độ trong 10 đến 12 phút.

c) Kiểm tra bánh trong suốt thời gian nấu để đảm bảo bánh không bị cháy, lật bánh ra đĩa và dùng tăm để kiểm tra độ chín.

PHẦN KẾT LUẬN

Bởi vì nó có thể tạo ra kết quả tương tự như chiên ngập dầu bằng cách sử dụng một phần rất nhỏ dầu cần thiết để chiên ngập dầu, nên những lợi ích sức khỏe của nồi chiên không khí là rất lớn! Khi chiên ngập dầu, bạn nhúng thực phẩm vào dầu và dầu chắc chắn sẽ được thực phẩm hấp thụ. Trong nồi chiên không khí, bạn vẫn sử dụng dầu vì dầu giúp nhiều thực phẩm giòn và chín vàng, nhưng bạn không cần nhiều hơn một muỗng canh!

www.ingramcontent.com/pod-product-compliance
Lightning Source LLC
LaVergne TN
LVHW011307061026
849535LV00005B/1434